AF100856

ഗ്രീൻ ബുക്സ്

ആത്മോപദേശശതകം

ശ്രീനാരായണ ഗുരു

കേരളത്തിലെ മഹാനായ സാമൂഹ്യപരിഷ്കർത്താവ്,
ചരിത്രനായകൻ, സന്ന്യാസിവര്യൻ.
1856ൽ തിരുവനന്തപുരം ജില്ലയിലെ ചെമ്പഴന്തിയിൽ ജനനം.
ശ്രീനാരായണ ധർമ്മ പരിപാലന സംഘവും ശിവഗിരി
ആശ്രമവും കെട്ടിപ്പടുത്തു. 1928ൽ ശിവഗിരിയിൽ വെച്ച്
ശ്രീനാരായണഗുരു മഹാസമാധി പ്രാപിച്ചു.

അനുവർത്തനം: കെ. ജയകുമാർ

കവി, പരിഭാഷകൻ, ഗാനരചയിതാവ്
എന്നീ നിലകളിൽ ശ്രദ്ധേയൻ.
സംസ്ഥാന ചീഫ് സെക്രട്ടറിയായി
2012ൽ വിരമിച്ചു. പിന്നീട് തുഞ്ചത്തെഴുത്തച്ഛൻ
മലയാള സർവകലാശാലയുടെ സ്ഥാപക
വൈസ് ചാൻസലറായി.
ഏഴു കവിതാസമാഹാരങ്ങളുൾപ്പെടെ
മുപ്പതിലേറെ കൃതികൾ പ്രസിദ്ധീകരിച്ചു.
ടാഗോറിന്റെ ഗീതാഞ്ജലി, ഖലീൽ ജിബ്രാന്റെ
പ്രവാചകൻ, മനുഷ്യപുത്രനായ യേശു,
റൂമിയുടെ കവിതകൾ, ബൈബിളിലെ സോളമന്റെ
പ്രണയഗീതം (Song of Songs) എന്നിവ
മലയാളത്തിലേക്ക് ഭാഷാന്തരപ്പെടുത്തി.
നൂറോളം ചലച്ചിത്രങ്ങൾക്കു ഗാനരചന നടത്തി.
കുട്ടികൾക്കായി വർണ്ണച്ചിറകുകൾ എന്ന
ചലച്ചിത്രം സംവിധാനം ചെയ്തു. ഇംഗ്ലീഷിൽ രണ്ട്
കവിതാപുസ്തകങ്ങൾ പ്രസിദ്ധീകരിച്ചു.

ഗ്രീൻ ബുക്സ് പ്രസിദ്ധീകരിച്ച
ഗ്രന്ഥകർത്താവിന്റെ ഇതര കൃതി:
റുബായിയ്യാത്ത് (വിവർത്തനം)

ആത്മോപദേശശതകം
ശ്രീനാരായണഗുരു

അനുവർത്തനം:
കെ. ജയകുമാർ

ഗ്രീൻബുക്സ്

green books private limited
gb building, civil lane road, ayyanthole,
thrissur- 680 003, kerala, ph: +91 487-2381066, 2381039
website: www.greenbooksindia.com
e-mail: info@greenbooksindia.com

malayalam
athmopadesasatakam
philosophy
by
sreenarayana guru

interpretation
k. jayakumar

first published february 2018
copyright reserved

cover design : rajesh chalode

branches:
thrissur 0487-2422515
palakkad 0491-2546162
thiruvananthapuram 0471-2335301
calicut 0495 4854662
kannur 0497-2763038
ernakulam 8589095007

isbn : 978-93-87331-11-2

---

no part of this publication may be reproduced,
or transmitted in any form or by any means,
without prior written permission of the publisher.

GBPL/973/2018

മുഖക്കുറി

ശ്രീനാരായണഗുരുവിന്റെ ആത്മോപദേശശതകത്തിന്റെ ലളിതവും സുതാര്യവുമായ അനുവർത്തനമാണിത്. കാവ്യമർമ്മജ്ഞനായ കെ. ജയകുമാറിന്റെ കാലികവും പ്രസക്തവുമായ ഉദ്യമം. മൂലകൃതിയുടെ ഗഹനത വായനക്കാർക്ക് പരിചയപ്പെടുത്തുകയെന്ന വിശിഷ്ട ദൗത്യമാണ് ഈ അനുവർത്തനം നിറവേറ്റുന്നത്.

കൃഷ്ണദാസ്
മാനേജിങ് എഡിറ്റർ

എപ്പോഴുമെപ്പോഴും അനുഭവിക്കുന്ന
അപാരമായ ഗുരുകൃപയ്ക്ക് പ്രണാമം.

സ്നേഹോദാരമായ ആസ്വാദനക്കുറിപ്പുകൊണ്ട്
ഈ ഉദ്യമത്തെ അനുഗ്രഹിച്ച അഭിവന്ദ്യസ്വാമി
മുനിനാരായണപ്രസാദ് അവർകളോട് കടപ്പാട്.

പത്ത് ലക്കങ്ങളിലായി പ്രസിദ്ധീകരിച്ച
കലാകൗമുദിയോടും പ്രസാധനം
ഏറ്റെടുത്ത ഗ്രീൻബുക്സിനോടും
പ്രോത്സാഹിപ്പിച്ച വായനക്കാരോടും കൃതജ്ഞത.

ആമുഖം

ശ്രീനാരായണഗുരുദേവന്റെ അത്യന്തം പ്രധാനപ്പെട്ട രചനയാണ് 'ആത്മോപദേശശതകം'. സ്വന്തം ഉണ്മ അറിയുകയാണ് ആത്മജ്ഞാനം. 'ഞാൻ' എന്ന ഉണ്മയും 'എല്ലാം' എന്ന ഉണ്മയും ഏകീഭവിക്കുന്ന ജ്ഞാനാനുഭൂതിയുടെ പ്രകാശധവളിമയിൽ ഗുരുദേവൻ അരുളുന്ന മഹാവാക്യങ്ങളാണ് ആത്മോപദേശശതകം. ഇവ അവനവനോടും അപരനോടും അഖിലപ്രപഞ്ചത്തിനോടുമുള്ള ബന്ധത്തെ പുനർനിർവചിക്കുന്നു. തിര, കടലിന്റെ ഭാഗവും കടലുതന്നെയുമാണെന്ന തിരിച്ചറിവ് സ്വാനുഭൂതിയാക്കിയ മഹാഗുരുവിന്റെ ഈ ഉപദേശശ്ലോകങ്ങൾ ആശയഗഹനതകൊണ്ടും കാവ്യഗുണംകൊണ്ടും ഏതൊരു വ്യാഖ്യാതാവിനെയും വായനക്കാരനെയും ഒട്ടൊന്നുമല്ല വിസ്മയിപ്പിക്കുക.

ഈ നൂറ് വിശിഷ്ടശ്ലോകങ്ങൾ നിരവധി പണ്ഡിതരും യതിവര്യന്മാരും വ്യാഖ്യാനിച്ചിട്ടുണ്ട്. (ഇരുപതിലേറെ വ്യാഖ്യാനങ്ങൾ നിലവിലുണ്ട്.) വ്യാഖ്യാതാക്കളെ ഈ കൃതി സവിശേഷമാംവിധം ആകർഷിക്കും. പുതിയ ഉൾക്കാഴ്ചകളിലേക്ക് നയിക്കും. ഓരോ കാലഘട്ടത്തിന്റെയും അറിവുകളും അനുഭവങ്ങളും കൊണ്ട് ഇവ വീണ്ടും വീണ്ടും വിശകലനം ചെയ്യപ്പെടും. സനാതനമായ ആശയങ്ങളിന്മേൽ വരാനിരിക്കുന്ന തലമുറകൾക്കുമുണ്ട് അവകാശം. ജീവിതത്തെ ജ്ഞാനോപാസനയും സത്യാന്വേഷണവുമാക്കി മാറ്റാൻ കെല്പുള്ള ഈ അമരവചസ്സുകൾക്ക് മറ്റൊരു വ്യാഖ്യാനമെഴുതാനുള്ള സാഹസത്തിനല്ല പുറപ്പാട്. ഇത് വ്യാഖ്യാനമല്ല. ലളിതമായ അനുവർത്തനം മാത്രം.

ഗഹനമായ ആശയങ്ങളും സങ്കല്പനങ്ങളും അനുഭൂതിയും പകർന്നു തരുന്ന 'ആത്മോപദേശശതക'ത്തിന്റെ ഭാഷയും സ്വരഘടനയും സ്വാഭാവികമായും പ്രൗഢവും സാന്ദ്രവുമാണ്. വ്യാഖ്യാനങ്ങളുടെ സഹായമില്ലാതെ സമകാലിക മലയാള പദാവലിയിലും ശൈലിയിലും വായിച്ച് ഗ്രഹിക്കാൻ കഴിയുമാറ് ഈ കനപ്പെട്ട കൃതി പുനരവതരിപ്പിക്കണമെന്ന ആഗ്രഹമാണ് ഇതിനുപിന്നിൽ. യുവതലമുറയിലെ വായനക്കാർക്കു കൂടി ഈ സമീപനം വഴി ആത്മോപദേശശതകം പ്രാപ്യമാകും.

ആശയങ്ങളെയും സൂചിതങ്ങളെയും സംക്ഷേപിക്കാനും സാന്ദ്രീകരിക്കാനുള്ള ഗുരുവിന്റെ അനന്യസിദ്ധി ഈ ശ്ലോകങ്ങളുടെ അനുവർത്തനത്തിൽ നിരന്തരം വെല്ലുവിളി ഉയർത്തുന്നുണ്ട്. ഓരോ ശ്ലോകത്തിന്റെയും ഉള്ളറകളിലേക്ക് കടന്ന് വിസ്തരിക്കാനുള്ള സാവകാശം അനുകർത്താവിനില്ല. ഗഹനതയിലേക്ക് തുറക്കുന്ന കിളിവാതിലുകൾ തീർക്കാൻ മാത്രമേ ശ്രമിച്ചിട്ടുള്ളൂ. അതിലളിതവത്കരണവും വിപുലനവും ഒഴിവാക്കി പാരായണസുഖവും ആശയവ്യക്തതയും നേടുകയാണ് ഉദ്ദേശ്യം. കൂടുതൽ വായനക്കാർ ആത്മോപദേശശതകത്തിന്റെ പ്രകാശഭൂമികയിലേക്ക് പ്രവേശിക്കാൻ ഉതകുമെങ്കിൽ, ഈ സാഹസത്തിന് ഒട്ട് സാധൂകരണമാകും.

ഈ വിധമൊരു പരിശ്രമം മുമ്പ് ആരും നടത്തിയതായി അറിവില്ല. അപകടങ്ങളെക്കുറിച്ചും പരിമിതികളെക്കുറിച്ചും തികഞ്ഞ ബോധ്യമുണ്ട്. പോരായ്മകളും വൈകല്യങ്ങളും കാണാതിരിക്കില്ല. ചൂണ്ടിക്കാണിക്കണം. തിരുത്താം, മെച്ചപ്പെടുത്താം. വായനക്കാരുടെ അനുഭാവപൂർണമായ പരിഗണനയ്ക്ക് ഈ അനുവർത്തനോദ്യമം പ്രതീക്ഷാപൂർവം അവതരിപ്പിക്കുന്നു. 'പരയുടെ പാല് നുകർന്ന' ആ മഹായോഗിയുടെ ദീപസ്മൃതിക്ക് മുന്നിൽ ഇത് സവിനയം സമർപ്പിക്കുന്നു.

കെ. ജയകുമാർ

ആസ്വാദനം

'അമ്മഹത്താമറിവിലമർന്ന് അതു മാത്രമായി' ജീവിച്ച നാരായണഗുരുവിന്റെ അമൃതവാണികളാണ് ആത്മോപദേശശതകം. അതുൾക്കൊള്ളുന്നതോ ഉപനിഷദ് രഹസ്യവും. ഒരു വ്യത്യാസം മാത്രം: ആധുനിക ശാസ്ത്ര ചിന്തയും യുക്തിഭദ്രതയും തത്ത്വവിചാരവും യുക്തിചിന്തയ്ക്കതീതമായ ആത്മാനുഭൂതിയുടെ അവാങ് മനോഗോചരതയും കാവ്യഭംഗിയും ഭാഷാലാളിത്യവും സദാചാരവിചിന്തവും മതമീമാംസയും ഒക്കെ ഇതിലെ അദ്വൈതദർശനത്തിന് മിഴിവ് നൽകുന്നു. ഉപനിഷത്തുകളിൽ അതു കാണുകയില്ല. ജ്ഞാനിയുടേതായ അദ്വൈതാനുഭൂതിയിലമർന്നിരുന്നു കൊണ്ട് ഗുരു മൊഴിഞ്ഞ വാക്കുകളാണിത്.

പല തരത്തിലുള്ള വ്യാഖ്യാനങ്ങളും വിലയിരുത്തലുകളും ഈ അപൂർവ കവനത്തിനുണ്ടായിട്ടുണ്ട്. പലതും ശാങ്കരവേദാന്തത്തിന്റെ ആവർത്തനമെന്ന നിലയിൽ അതിനെ കാണുന്നവയാണ്. ഗുരുവിന്റെ തനിമയിലേക്ക് പ്രകാശം വിതറുന്ന വ്യാഖാനങ്ങളുമുണ്ട്. ഇപ്പോഴിതാ മലയാളസർവകലാശാലയുടെ വൈസ് ചാൻസലർ ശ്രീ കെ. ജയകുമാറിൽ നിന്ന് പുതിയൊരു ആസ്വാദനം നമുക്ക് ലഭിക്കുന്നു. ജ്ഞാനിയുടേതായ അനുഭൂതി തീവ്രതയുള്ള വാണികളെ, ഒരു ജിജ്ഞാസുവിന്റെ വശത്തു നിന്നുകൊണ്ട്, കുറഞ്ഞ വാക്കുകൾകൊണ്ട് ആസ്വദിക്കുമ്പോൾ ഉത്തമനായ ഒരു ജിജ്ഞാസുവിന്റെ അനുഭൂതിതീവ്രതയും ഇതിൽ നിറഞ്ഞു നിൽക്കുന്നു. നാലാംപദ്യത്തിന്റെ ആസ്വാദനത്തിലെ അവസാന വാക്കുകൾ നോക്കുക:

> ''എങ്ങും നിറഞ്ഞു വിളങ്ങുന്ന
> ആ ആദിമഹസ്സിന്റെ അപാരതയിൽ
> വിലയം പ്രാപിക്കാനുള്ള
> ഉപാസന മാത്രമാണു ജീവിതം.''

ഒരാസ്വാദനമെന്നതിനുപരി സ്വയമെടുക്കുന്ന ദൃഢപ്രതിജ്ഞയുടെ സ്വരമാണ് ഇതിൽ മുഴങ്ങി നിൽക്കുന്നത്. 'അമ്മഹത്തമറിലമർന്നതു മാത്രമായിടേണം' എന്ന ഗുരുപദേശത്തെ സ്വയം ഏറ്റെടുത്ത്, അതിനെ സ്വന്തം ജീവിതസപര്യയാക്കി മാറ്റുന്ന ഒരു ജിജ്ഞാസുവിന്റെ

വാക്കുകൾ. അഞ്ചാം പദ്യത്തിന്റെ ആസ്വാദനം അവസാനിക്കുന്നതും അതേ ശൈലിയിൽ തന്നെ.

ഈ ആസ്വാദനത്തിന് കൊടുത്തിരിക്കുന്ന പേര് 'അനുവർത്തനം' എന്നാണ്. 'അനുസരിക്കൽ', 'ഒരു പ്രവൃത്തിയെ പിൻപറ്റി വരുന്ന മറ്റൊരു പ്രവൃത്തി' എന്നൊക്കെയാണ് ഈ വാക്കിനർത്ഥം. ഒരു മഹാഗുരുവിന്റെ വാക്കുകളെ പിൻപറ്റി ഒരു സത്യാന്വേഷി തന്റെ ജീവിതത്തെ ഒരനുവർത്തനമാക്കിത്തീർക്കുന്നതിനെ വാക്കുകളിലൊതുക്കിയതാണ് ഈ പ്രത്യേക അനുവർത്തനം. ഗുരുവിന്റെ വാക്കുകളെ പിൻപറ്റിയുള്ള ആസ്വാദനം മാത്രമല്ല എന്നർത്ഥം.

പെൻഷൻ പറ്റിയ ഒരു ചീഫ് സെക്രട്ടറിയിൽ നിന്നോ ഒരു സർവകലാശാലയുടെ വൈസ് ചാൻസലറിൽ നിന്നുപോലുമോ ഇത്തരമൊരു അനുവർത്തനം സാധാരണഗതിയിൽ ആരും പ്രതീക്ഷിക്കുകയില്ല. ഇതു രണ്ടുമായ ശ്രീ ജയകുമാർ അതിനൊക്കെ അപ്പുറം പോയിരിക്കുന്നു.

കാവ്യമർമ്മജ്ഞനായ കവി കൂടിയായ അദ്ദേഹം ഇവിടെ ആത്മാന്വേഷണത്തിന്റെ അഗാധതലങ്ങളിൽ ചെന്നുള്ള വിശദപരിശോധനകൾ വളരെ ഹ്രസ്വമായ വാക്കുകളിൽ അവതരിപ്പിക്കുന്നു. ഒരു വേദാന്ത ചിന്തകനായി അദ്ദേഹം ഇതുവരെ അറിയപ്പെട്ടിട്ടുമില്ല.

വളരെ ഹ്രസ്വമായ ഈ അനുവർത്തനത്തിലെ ഭാഷ കവിത നിറഞ്ഞതാണ്, ഒരു ഗദ്യകവിതപോലെ. അതുല്യകവിയായ ഗുരുവിന്റെ വാണികളെ പിൻപറ്റിവരുന്ന, കവിഹൃദയനായ ഒരു ജിജ്ഞാസുവിന്റെ അനുവർത്തനം!

ശ്രീ. ജയകുമാറിൽ നിന്ന് ഇമ്മാതിരി ഇനിയും അനുവർത്തനങ്ങൾ മാത്രമല്ല സ്വന്തമായ 'വർത്തന'ങ്ങൾ തന്നെ കൈരളിക്കു ലഭിക്കുമാറാകട്ടെ എന്നു പ്രാർത്ഥിക്കുന്നു. തുഞ്ചത്തെഴുത്തച്ഛൻ മലയാളസർവകലാശാലയുടെ ആദ്യത്തെ വൈസ് ചാൻസലറെന്ന നിലയിൽ മായാമുദ്രയായി അതു ശേഷിക്കണം.

മുനി നാരായണ പ്രസാദ്

1

അറിവിലുമേറിയറിഞ്ഞിടുന്നവൻ ത-
ന്നുരുവിലുമൊത്തു പുറത്തുമുജ്ജ്വലിക്കും
കരുവിനു കണ്ണുകളഞ്ചുമുള്ളടക്കി-
ത്തെരുതെരെ വീണുവണങ്ങിയോതിടേണം.

സാധാരണമായ അറിവുകൾക്ക്
അപ്രാപ്യനായ അവൻ ഇതാ
അകത്തും പുറത്തും ജ്വലിക്കുന്നു.
സ്ഥൂലത്തിലും സൂക്ഷ്മത്തിലും സന്നിഹിതമായ
ആ പരംപൊരുളിനെ അറിയുവാൻ
പഞ്ചേന്ദ്രിയങ്ങൾക്ക് കഴിവേതുമില്ല.
ഇന്ദ്രിയങ്ങളെയും മനസ്സിനെയും നിയന്ത്രിച്ച്
ആ പരമചൈതന്യസവിധത്തിൽ
അത്യന്തവിനീതരായി നിരന്തരം
ദണ്ഡനമസ്കാരം ചെയ്തുകൊൾവിൻ. ■

2

കരണവുമിന്ദ്രിയവും കളേബരം തൊ-
ട്ടറിയുമനേകജഗത്തുമോർക്കിലെല്ലാം
പരവെളിതന്നിലുയർന്ന ഭാനുമാൻ തൻ
തിരുവുരുവാണു, തിരഞ്ഞു തേറിടേണം

ഇന്ദ്രിയങ്ങളും അന്തഃകരണവും
ഇന്ദ്രിയങ്ങൾ വഴി അറിയുന്ന
അഖിലപ്രകൃതിയും പ്രപഞ്ചവും
അവിടത്തെ ആവിഷ്കാരങ്ങൾ മാത്രം.
ഇവയെല്ലാം അനന്തമായ ആകാശത്തിൽ വിളങ്ങുന്ന
ആത്മസൂര്യന്റെ ദിവ്യശരീരം മാത്രം.
എന്നിലും ഈ ജഗത്തിലും എങ്ങും നിറയുന്ന അമരപ്രകാശം.
സകലപ്രപഞ്ചത്തിലൂടെയും
സ്വയംപ്രകാശിക്കുന്ന ആ ഉണ്മയെ
ഉപാസിക്കുകയെന്നതേ മനുഷ്യനിയോഗം. ∎

3

വെളിയിലിരുന്നു വിവർത്തമിങ്ങു കാണും
വെളി മുതലായ വിഭൂതിയഞ്ചുമോർത്താൽ
ജലനിധിതന്നിലുയർന്നിടും തരംഗാ-
വലിയതുപോലെയഭേദമായ് വരേണം.

ഭൂമി, ജലം, അഗ്നി, വായു, ആകാശം
എന്നീ പഞ്ചഭൂതങ്ങൾ
ബാഹ്യമായി അനുഭവപ്പെടുന്നത് മനോമൗഢ്യം.
ആഴിയെയും തിരകളെയും
വേറിട്ടുകാണുക അസാദ്ധ്യം.
പ്രപഞ്ചവും സൃഷ്ടിജാലവും അവിടുന്നും
കടലും തിരകളും കണക്കെ എന്ന
അഭേദാനുഭൂതി കൈവരേണമേ. ∎

4

അറിവുമറിഞ്ഞിടുമർത്ഥവും പുമാൻ ത-
ന്നറിവുമൊരാദിമഹസ്സു മാത്രമാകും
വിരളത വിട്ടു വിളങ്ങുമമ്മഹത്താ-
മറിവിലമർന്നതു മാത്രമായിടേണം.

അറിയുന്നതെന്ത്? അറിയുന്നതാര്?
അറിവിന്റെ പൊരുളെന്ത്?
അറിയുന്നവനും അറിവിന്റെ പൊരുളും
അവിടുന്നു മാത്രം.
എങ്ങും നിറഞ്ഞ് വിളങ്ങുന്ന
ആ ആദിമഹസ്സിന്റെ അപാരതയിൽ
വിലയം പ്രാപിക്കാനുള്ള
ഉപാസന മാത്രമാവണം ജീവിതം. ∎

5

ഉലകരുറങ്ങിയുണർന്നു ചിന്ത ചെയ്യും
പലതുമിതൊക്കെയുമുറ്റു പാർത്തു നിൽക്കും
വിലമതിയാത വിളക്കുദിക്കയും പിൻ-
പൊലികയുമില്ലിതു കണ്ടു പോയിടേണം.

ഉറങ്ങിയും ഉണർന്നും
വിവിധ വിചാരങ്ങളിലമർന്നും
ലോകവാസികൾ ജീവിതം നയിക്കുന്നു.
വിളക്ക് അണച്ചും തെളിയിച്ചും
അനന്തമായ കാലത്തിൽ അവർ
അതിരുകൾ തീർക്കാൻ ശ്രമിക്കുന്നു.
ആത്മബോധമെന്ന വിലമതിക്കാനാവാത്ത
അനശ്വരദീപം
തെളിയുന്നുമില്ല, അണയുന്നുമില്ല.
ആ അക്ഷയജ്യോതിസ്സ് ദർശിച്ചും
അറിഞ്ഞുമാകട്ടെ
ഈ ക്ഷണികജീവിതയാത്ര. ■

6

ഉണരണമിന്നിയുറങ്ങണം ഭുജിച്ചീ-
ടണമശനം പുണരേണമെന്നിവണ്ണം
അണയുമനേകവികല്പമാകയാലാ-
രുണരുവതുള്ളൊരു നിർവികാരരൂപം!

ഉണരുകയും ഉറങ്ങുകയും ഭക്ഷിക്കുകയും
സുഖിക്കുകയും എന്ന കാമനകളാൽ നയിക്കപ്പെട്ട്
ആസക്തികളിൽ മുങ്ങിത്താഴുമ്പോൾ
പരമാർത്ഥം ഗ്രഹിക്കുവതെങ്ങനെ?
ഇന്ദ്രിയസുഖകാംക്ഷയ്ക്കപ്പുറം
വികല്പബുദ്ധിക്കതീതമായി പരിലസിക്കുന്ന
ആ ആത്മസ്വരൂപനെ കൺപാർക്കാൻ വേണ്ട
ഉണർവ് ഉണ്ടായ് വരേണം. ■

7

ഉണരരുതിന്നിയുറങ്ങിടാതിരുന്നീ-
ടണമറിവായിതിനിന്നയോഗ്യനെന്നാൽ
പ്രണവമുണർന്നു പിറപ്പൊഴിഞ്ഞു വാഴും
മുനിജനസേവയിൽ മൂർത്തി നിർത്തിടേണം.

സ്വാർത്ഥതയും ഭേദചിന്തയും ഒരുക്കുന്ന
ആ നെടുമോഹനിദ്രയിലേക്ക് ഇനിമേൽ
വഴുതി വീഴാതിരുന്നുവെങ്കിൽ!
വിഷയചിന്തകളിലേക്ക് മനസ്സ്
ആകർഷിക്കപ്പെടാതിരുന്നുവെങ്കിൽ!
ഈ ജാഗ്രതയും അവബോധവും ഉള്ളിൽ
ഉണരുന്നില്ലെങ്കിലോ,
എങ്കിൽ പിന്നെ ജനിമൃതികളുടെ
ചാക്രികബന്ധത്തിൽ നിന്ന്
മുക്തനും ആത്മജ്ഞാനിയുമായ
ഗുരുവിനെ സേവിച്ച് കൊൾക.
ആ സവിധത്തിൽ ശ്രദ്ധയെല്ലാം
സമർപ്പിച്ചുകൊൾക. ■

8

ഒളി മുതലാം പഴമഞ്ചുമുണ്ടു നാറും
നളികയിലേറി നയേന മാറിയാടും
കിളികളെയഞ്ചുമരിഞ്ഞു കീഴ്മറിക്കും
വെളിവുരുവേന്തിയകം വിളങ്ങിടേണം.

ഇന്ദ്രിയസുഖങ്ങൾ മധുരഫലങ്ങൾ കണക്കെ.
ജീവിതഗാത്രത്തിൽക്കടന്ന്
ചതുരതയോടെ അവ വാസമുറപ്പിക്കുന്നു.
ഈ നശ്വരശരീരവും
അതിന്റെ കാമനകളും സുഖങ്ങളും
ശാശ്വതമെന്ന പ്രതീതി ജനിപ്പിക്കുന്നു.
ഇന്ദ്രിയസുഖങ്ങളാകുന്ന ആ അഞ്ചു പക്ഷികളെ
നിഷ്കരുണം നിഹനിക്കേണം
അപ്പോൾ അന്തരംഗത്തിലുളവാകും
അറിവിന്റെ പ്രകാശോദയം. ∎

9

ഇരുപുറവും വരുമാറവസ്ഥയെപ്പൂ-
ത്തൊരു കൊടിവന്നു പടർന്നുയർന്നു മേവും
തരുവിനടിക്കു തപസ്സുചെയ്തു വാഴും
നരനു വരാ നരകം നിനച്ചിടേണം.

മനോരഞ്ജകപുഷ്പങ്ങൾ പൊതിഞ്ഞുനിൽക്കുന്ന
വൃക്ഷമത്രെ ജീവിതം.
വൃക്ഷത്തെക്കാണാൻ കഴിയാത്തവിധം
പടർന്നു പന്തലിക്കുന്ന
പുഷ്പലതികകൾ പോലെ സുഖാനുഭവങ്ങൾ.
എന്നാൽ ഈ സുമലതയും
അതിൽനിന്ന് പ്രസരിക്കുന്ന സുഗന്ധവും ഉണ്മയല്ലെന്നറിഞ്ഞ്
ആ വൃക്ഷച്ചുവട്ടിൽ, നിരാസക്തമായി,
നിസ്സംഗമായിരിക്കുന്നവർ
അവിദ്യ തീർക്കുന്ന നരകത്തിൽ പതിക്കുകയില്ല. ■

10

"ഇരുളിലിരിപ്പവനാര്? ചൊൽക നീ"യെ-
ന്നൊരുവനുരപ്പതു കേട്ടു താനുമേവം
അറിവതിനായവനോടു "നീയുമാരെ-"
ന്നരുളുമിതിൻ പ്രതിവാക്യമേകമാകും.

ഇരുൾമൂടിയ മുറിക്കുള്ളിൽ കടന്ന
ഒരുവൻ ചോദിക്കുന്നു:
'ഇരുളിലിരിപ്പവനാര്?'
ഇരുളിലിരുപ്പവനോ അപ്പോൾ
അതേ ചോദ്യം ആഗതനോട് ആവർത്തിക്കുന്നു.
'ഇരുളിലിരിപ്പവനാര്?'
അകത്തിരിപ്പവനും ആഗതനും
പറയാൻ ഒരേ ഉത്തരം.
'ഞാൻ'
പലരെന്നു തോന്നുമെങ്കിലും
ഒരുവന്റെയും അപരന്റെയും
പൊരുൾ ഒന്നു തന്നെയാണല്ലോ.
ഇരുളിൽ വാഴുന്നതിനാൽ
'ഞാൻ' ഉണ്ടാവുന്നു
ഞാനെന്ന ഭാവമുണ്ടാവുന്നു. ■

11

"അഹമഹ"മെന്നരുളുന്നതൊക്കെയൊരാ-
യുകിലകമേ പലതല്ലതേകമാകും
അകലുമഹന്തയനേകമാകയാലീ-
തുകയിലഹം പൊരുളും തുടർന്നിടുന്നു.

'ഞാൻ' 'ഞാൻ' എന്നിങ്ങനെ
വിവക്ഷിക്കപ്പെടുന്ന 'ഞാൻ' ആരാണ്?
ഞാനും അപരനും വ്യത്യസ്തരാണെന്ന
വിചാരത്തിൽ നിന്ന് അഹങ്കാരം
ജനിക്കുന്നു.
ഈ ഭേദവിചാരത്തിൽ ഞാനെന്ന ഭാവം ജനിക്കുന്നു.
ഈ അഹന്തയെ അകറ്റി നിർത്തുകിലോ?
ഏകതയും അനേകതയും
സന്നിഹിതമാവുന്ന 'ഞാൻ' എന്ന
പരംപൊരുൾ അപ്പോൾ വെളിപ്പെടും. ∎

12

തൊലിയുമെലുമ്പുമലം ദുരന്തമന്തഃ-
കലകളുമേന്തുമഹന്തയൊന്നു കാൺക!
പൊലിയുമിതന്യ പൊലിഞ്ഞു പൂർണ്ണമാകും
വലിയൊരഹന്ത വരാ വരം തരേണം.

ഈ ഉടൽ എത്ര ദയനീയം!
തൊലിയും അസ്ഥികളും മാലിന്യവും നിറഞ്ഞത്.
ബാഹ്യവും ആന്തരികവുമായ
ദുരന്തം വഹിക്കുന്നത്.
അഹന്ത, ഉണ്മയെ പൊള്ളയും
പൊള്ളയെ ഉണ്മയുമാക്കുന്നു.
അഹന്ത പൊലിഞ്ഞുപോകും.
അന്യബോധം പൊലിഞ്ഞ്
പൂർണത കണ്ടെത്തണം.
പക്ഷേ ആ ജ്ഞാനം വലിയ മറ്റൊരഹന്തയ്ക്ക്
ഹേതുവാകാതിരിക്കാനും
വരം യാചിക്കണം. ∎

13

ത്രിഗുണമയം തിരുനീറണിഞ്ഞൊരീശ-
ന്നകമലരിട്ടു വണങ്ങിയക്ഷമാറി
സകലമഴിഞ്ഞു തണിഞ്ഞു കേവലത്തിൻ-
മഹിമയുമറ്റു മഹസ്സിലാണിടേണം.

ത്രിഗുണങ്ങൾ നീറ്റിയ ഭസ്മം വാരിപ്പൂശിയ ഈശന്
മനോകുസുമങ്ങൾ അർപ്പിച്ച് പൂജ ചെയ്യാം.
ബാഹ്യാരാധനകൾ
പക്ഷേ, എത്ര പരിമിതം?
ഇന്ദ്രിയസുഖതൃഷ്ണ ആറിത്തണുത്ത്,
സകല മമതാബന്ധങ്ങളിൽ നിന്നും
വിമോചിതമാകണം.
അങ്ങനെ, ശാന്തശീതളമായ മനസ്സിന്റെ
നിർവ്വേദത്തിൽ ഈശ്വരമഹിമയെക്കുറിച്ചുള്ള
അദ്ഭുതാദരങ്ങൾ കൂടി ഒടുങ്ങി
പരമമായ മഹസ്സിൽ
നിർലീനമാകണം. ■

14

ത്രിഭുവനസീമ കടന്നു തിങ്ങി വിങ്ങും
ത്രിപുടി മുടിഞ്ഞു തെളിഞ്ഞിടുന്ന ദീപം
കപടയതിക്കു കരസ്ഥമാകുവീലെ-
ന്നുപനിഷദുക്തിരഹസ്യമോർത്തിടേണം.

ഇന്ദ്രിയങ്ങളിലൂടെ അനുഭവിച്ചറിഞ്ഞ ഈ
ത്രിഭുവനങ്ങളെ ഉല്ലംഘിച്ച്
അറിവും അറിയുന്നവനും അറിയേണ്ടതുമെന്ന
ഭേദചിന്തയൊഴിഞ്ഞ് ആത്മദീപം വിളങ്ങണം.
ഉപനിഷത്തുക്കൾ വാഗ്ദാനം ചെയ്യുന്ന
ആ തുരീയാനുഭവത്തിൽ വിരിയുന്ന
അമരാനുഭൂതി അറിയാൻ കഴിയുക
യഥാർത്ഥ ആത്മസാധകർക്ക് മാത്രം.
കപടസന്ന്യാസിമാർക്ക് അത് അപ്രാപ്യമെന്നോർക്കുക. ∎

15

പരയുടെ പാലു നുകർന്ന ഭാഗ്യവാന്മാർ-
ക്കൊരു പതിനായിരമാണ്ടൊരല്പനേരം
അറിവപരപ്രകൃതിക്കധീനമായാ-
ലരനൊടിയായിരമാണ്ടുപോലെ തോന്നും.

അപരിമേയവും നിർവികല്പവുമായ ആ ആത്മീയാനുഭൂതി
നുകരാൻ ഭാഗ്യം സിദ്ധിച്ചവർക്ക്
കാലബോധമെവിടെ?
പതിനായിരമാണ്ട് ഒരു ഞൊടിയായേ
അവർക്ക് അനുഭവപ്പെടൂ.
അപരപ്രകൃതിക്ക് വിധേയരായവർക്കോ
ഒരു ഞൊടിനേരം അതിദീർഘമായും
അനുഭവപ്പെടും. ∎

16

അധികവിശാലമരുപ്രദേശമൊന്നായ്
നദി പെരുകുന്നതുപോലെ വന്നു നാദം
ശ്രുതികളിൽ വിണ്ടു തുറക്കുമക്ഷിയെന്നും
യതമിയലും യതിവര്യനായിടേണം.

സീമകൾ കാണാത്ത മരുഭൂമി ഒന്നാകെ
ഒരു മഹാനദിപ്രവാഹം വന്ന് നിറഞ്ഞു
കവിയുന്നതുപോലെ
പ്രണവനാദം വന്ന് കാതുകളിൽ നിറയട്ടെ.
അകക്കണ്ണ് അങ്ങനെ തുറക്കപ്പെടട്ടെ.
ഇന്ദ്രിയങ്ങളെ യമം ചെയ്യാൻ കഴിയുമാറാകട്ടെ. ■

17

അഴലെഴുമഞ്ചിതളാർന്നു രണ്ടു തട്ടായ്-
ച്ചുഴലുമനാദി വിളക്കു തൂക്കിയാത്മാ-
നിഴലുരുവായെരിയുന്നു നെയ്യതോ മുൻ-
പഴകിയ വാസന, വർത്തി വൃത്തിയത്രേ.

പഞ്ചേന്ദ്രിയങ്ങളുടെ തിരിയിട്ട വിളക്ക്
സ്ഥൂലസൂക്ഷ്മങ്ങളുടെ
ഇരുതട്ടുകളിൽ കത്തിനിൽക്കുന്നു.
ഭ്രമണം ചെയ്യുന്ന അനാദിയായ
ദീപം തൂക്കിയ കണക്കെ
ആത്മദീപം സ്വന്തം നിഴലിനെ ശരീരമാക്കി
എരിഞ്ഞുകൊണ്ടിരിക്കുന്നു.
കർമവാസനകളുടെ നെയ് പകർന്ന്
ചിത്തവൃത്തികളായ തിരികൾ എരിയുന്നു.
വിളക്കില്ലെങ്കിൽ നിഴലില്ലാത്തതുപോലെ
ആത്മദീപമില്ലെങ്കിൽ
നിഴൽശരീരവുമില്ല. ∎

18

അഹമിരുളല്ലിരുളാകിലന്ധരായ് നാ-
മഹമഹമെന്നറിയാതിരുന്നിടേണം
അറിവതിനാലഹമന്ധകാരമല്ലെ-
ന്നറിവതിനിങ്ങനെയാർക്കുമോതിടേണം.

ആത്മബോധം ശൂന്യതയല്ല
ഇരുളുമല്ല.
ഇരുളായിരുന്നെങ്കിൽ
'ഞാൻ' എന്ന ബോധം തന്നെ
ഉണ്ടാകുമായിരുന്നില്ല.
'ഞാൻ' എന്നറിഞ്ഞുകൊണ്ടിരിക്കയാൽ
ആത്മബോധത്തെയും
നിഷേധിക്കാനാവുകയില്ല,
ഈ 'ഞാൻ' ആ ആത്മാവാണെന്ന്
അറിയണമെന്നു മാത്രം. ■

19

അടിമുടിയറ്റമതുണ്ടിതുണ്ടതുണ്ടെ-
ന്നടിയിടുമാദിമസത്തയുള്ളതെല്ലാം
ജഡമിതു സർവമനിത്യമാം; ജലത്തിൻ-
വടിവിനെ വിട്ടു തരംഗമന്യമാമോ?

സത്യം അടിയിലാണെന്നും അല്ല
മുകളിലാണെന്നും തർക്കം.
അകത്തുള്ളതാണ് സത്യമെന്നും അല്ല
പുറത്തുള്ളതാണെന്നും തർക്കം.
വാസ്തവത്തിൽ സർവതിനും സത്തയായ
ആത്മസത്ത മാത്രമാണിതെല്ലാം.
ഇക്കാണുന്നതഖിലം നശ്വരം.
ബഹുനാമരൂപികളായി കാണുന്നതെല്ലാം
ഒരേ സത്തമാത്രം.
സത്തയിൽ നിന്ന് അഭിന്നമായത്.
ജലവും തരംഗങ്ങളുംപോലെ
വേർപെടുത്താനാവാത്തത്. ■

20

ഉലകിനു വേറൊരു സത്തയില്ലതുണ്ടെ-
ന്നുലകരുരപ്പതു സർവ, മൂഹഹീനം
ജളനു വിലേശയമെന്നു തോന്നിയാലും
നലമിയലും മലർമാല നാഗമാമോ?

ആത്മസത്തയല്ലാതെ പ്രപഞ്ചത്തിന്
മറ്റൊരു പൊരുളില്ല.
ഉണ്ടെന്ന് അവകാശപ്പെടുന്നവർക്ക്
സത്യത്തെക്കുറിച്ച് അറിവേതുമില്ല.
അജ്ഞാനിക്ക് പാമ്പ് എന്നു തോന്നിയാലും
പൂമാല പൂമാലയല്ലാതാവുമോ?
പൂമാലയെ പാമ്പാക്കാൻ
മൂഢമതികൊണ്ട് കഴിയുമോ?
എല്ലാം ദൃഷ്ടാവിന്റെ കാഴ്ചദോഷം മാത്രം. ■

21

പ്രിയമൊരു ജാതിയിതെൻ പ്രിയം, ത്വദീയ-
പ്രിയമപരപ്രിയമെന്നനേകമായി
പ്രിയവിഷയം പ്രതി വന്നിടും ഭ്രമം; തൻ-
പ്രിയമപരപ്രിയമെന്നറിഞ്ഞിടേണം.

തനിക്കിഷ്ടപ്പെട്ടതെന്നും
അപരന് പ്രിയപ്പെട്ടതെന്നും
ഇനിയും മറ്റൊരാൾക്ക് ഹിതകരമായതെന്നും
പ്രിയവിഷയത്തെപ്പറ്റി
അഭിപ്രായഭേദങ്ങളുണ്ടാകാം.
അതെല്ലാം ഭ്രമകല്പനകൾ.
ഇതൊക്കെ പ്രിയവിഷയങ്ങളുടെ
പേരിൽ മാത്രം;
പ്രിയത്തിന്റെ പേരിലല്ല.
വാസ്തവത്തിൽ
മറ്റൊരാളുടെ പ്രിയം
തന്നെയാണ് തന്റെയും
പ്രിയമെന്ന പരമാർത്ഥം അറിഞ്ഞുകൊള്ളണം. ∎

22

പ്രിയമപരന്റെയതെൻ പ്രിയം; സ്വകീയ-
പ്രിയമപരപ്രിയമിപ്രകാരമാകും
നയമതിനാലെ നരന്നു നന്മ നൽകും
ക്രിയയപരപ്രിയഹേതുവായ് വരേണം.

മറ്റൊരാളിന്റെ ഇഷ്ടം
എന്റെയും ഇഷ്ടമാകണം.
എന്റെ ഹിതം മറ്റൊരാളിനും പ്രിയപ്പെട്ടതാവണം.
ഈ സമീപനം
ജീവിതത്തെ സമഞ്ജസമാക്കും.
ഒരു മനുഷ്യന് നന്മ വരുത്തുന്ന
പ്രവൃത്തികൾ മറ്റുള്ളവർക്കും
സുഖഹേതുവായിത്തീരണം. ∎

23

അപരനുവേണ്ടിയഹർനിശം പ്രയത്നം
കൃപണത വിട്ടു കൃപാലു ചെയ്തിടുന്നു;
കൃപണനധോമുഖനായ്ക്കിടന്നു ചെയ്യു-
ന്നപജയകർമ്മമവന്നു വേണ്ടി മാത്രം.

കൃപാലുവായ മനുഷ്യൻ, രാപകൽ ഭേദമില്ലാതെ, സ്വാർത്ഥതയില്ലാതെ, മറ്റുള്ളവർക്കായി പ്രയത്നിക്കുന്നു. സ്വാർത്ഥനാകട്ടെ സ്വന്തം നേട്ടത്തിന് മാത്രമായി ധർമവിരുദ്ധമായ കർമങ്ങളിൽ മുഴുകുന്നു. മറ്റൊരാളെ തലയുയർത്തി നോക്കാൻ പോലും സമയമില്ല. താഴേക്ക് മാത്രമാണ് സ്വാർത്ഥന്റെ നോട്ടം. സ്വന്തം സുഖം മാത്രമാണ് ലക്ഷ്യം. ■

24

അവനിവനെന്നറിയുന്നതൊക്കെയോർത്താ-
ലവനിയിലാദിമമായൊരാത്മരൂപം
അവനവനാത്മസുഖത്തിനാചരിക്കു-
ന്നവയപരന്നു സുഖത്തിനായ് വരേണം.

അവനെന്നും ഇവനെന്നുമുള്ള
ഭേദവിചാരങ്ങൾ എത്ര വ്യർത്ഥം?
പലരായി അറിയുന്നവരെല്ലാം
വാസ്തവത്തിൽ ഒരേ ആത്മരൂപം മാത്രം.
ഒരുവൻ സ്വന്തം സുഖം കാംക്ഷിച്ച്
ചെയ്യുന്ന പ്രവൃത്തികൾ
അപരനും സുഖദായകമായിരിക്കുക തന്നെവേണം. ∎

25

ഒരുവനു നല്ലതുമന്യനല്ലലും ചേർ-
പ്പൊരു തൊഴിലാത്മവിരോധി, യോർത്തിടേണം.
പരനു പരം പരിതാപമേകിടുന്നോ-
രെരിനരകാബ്ധിയിൽ വീണെരിഞ്ഞിടുന്നു.

ഒരുവന് നല്ലത് വരുത്തുന്ന പ്രവൃത്തി
മറ്റൊരാൾക്ക് അല്ലലാണ് വരുത്തുന്നതെങ്കിൽ
അത് ആത്മബോധനത്തിന്
നിരക്കുന്നതല്ലെന്നറിയണം.
മറ്റൊരാൾക്ക് വേദന വരുത്തുന്ന
പ്രവൃത്തികൾ ചെയ്യുന്നവർ
നരകക്കടലിൽ വീണ് എരിഞ്ഞുപോകും. ■

26

അവയവമൊക്കെയമർത്തിയാണിയായ് നി-
ന്നവയവിയാവിയെയാവരിച്ചിടുന്നു
അവനിവനെന്നതിനാലവൻ നിനയ്ക്കു-
ന്നവശതയാമവിവേകമൊന്നിനാലേ.

അവയവങ്ങളെയൊക്കെ
വരുതിയിൽ നിർത്തിക്കഴിയുമ്പോൾ
കൈവരുന്ന അഹംബോധം
ആത്മാവിനെ മറച്ചുകളയുന്നു.
അവിവേകകാരിയായ ഈ അവശത
അവനെന്നും ഇവനെന്നുമുള്ള
ഭേദചിന്ത ഉളവാക്കുന്നു. ∎

27

ഇരുളിലിരുന്നറിയുന്നതാകുമാത്മാ-
വറിവതുതാനഥ നാമരൂപമായും
കരണമൊടിന്ദ്രിയകർത്തൃകർമ്മമായും
വരുവതു കാൺക! മഹേന്ദ്രജാലമെല്ലാം

അഗോചരമായിരുന്ന്
ആത്മാവ് അറിഞ്ഞുകൊണ്ടിരിക്കുന്നു.
ആ അറിവത്രെ ഉണ്മ.
ആ അറിവ് പിന്നീട് നാമരൂപമായും
അന്തഃകരണമായും
ഇന്ദ്രിയങ്ങളനുഷ്ഠിക്കുന്ന കർമമായും ഭവിക്കുന്നു.
ഓർത്താൽ എല്ലാം
ഒരു മഹേന്ദ്രജാലം! ∎

28

അടിമുടിയറ്റടി തൊട്ടു മൗലിയന്തം
സ്ഫുടമറിയുന്നതു തുര്യബോധമാകും
ജഡമറിവീലതു ചിന്ത ചെയ്തു ചൊല്ലു-
ന്നിടയിലിരുന്നറിവല്ലറിഞ്ഞിടേണം.

താഴെയെന്നോ മേലെയെന്നോ
ഭേദവിചാരമില്ലാത്ത
തെളിമയുള്ള അറിവ് തുരീയബോധമാകുന്നു.
ശരീരബോധത്തോടെ
അതിനെ പ്രാപിക്കുക അസാധ്യം.
അത് ചിന്തയ്ക്കതീതം.
അത് മനുഷ്യർക്കിടയിൽ
ഉളവാകുന്ന അറിവല്ല.
ചിന്തയും ചിന്തകനും വിസ്മൃതമാകുമ്പോൾ
സന്നിഹിതമാകുന്ന
ദ്വന്ദ്വങ്ങളൊഴിഞ്ഞ തെളിബോധമാണത്. ∎

29

മനമലർ കൊയ്തു മഹേശപൂജ ചെയ്യും
മനുജനു മറ്റൊരു വേല ചെയ്തിടേണ്ട;
വനമലർ കൊയ്തുമതല്ലയായ്കിൽ മായാ-
മനുവുരുവിട്ടുമിരിക്കിൽ മായ മാറും.

മാനസപുഷ്പങ്ങളിറുത്ത്
ദൈവപൂജ ചെയ്യുന്നയാൾക്ക്
മറ്റൊരു സാധനയും ആവശ്യമില്ല.
വനപുഷ്പങ്ങൾ ഇറുത്തർച്ചിച്ചും
മന്ത്രോച്ചാരണം ചെയ്തും
സാധന ചെയ്യാം.
തുരീയബോധത്തെ മറയ്ക്കുന്ന മായ
അങ്ങനെ മാറിപ്പോകും. ∎

30

ജഡമറിവീലറിവിന്നു ചിന്തയില്ലോ-
തിടുകയുമി, ല്ലറിവെന്നറിഞ്ഞു സർവം
വിടുകിലവൻ വിശദാന്തരംഗനായ് മേ-
ലുടലിലമർന്നുഴലുന്നതില്ല നൂനം.

ആ അവസ്ഥ അനുഭവിക്കാൻ
ഉടലിന് കഴിയുകയില്ല.
വിചാരങ്ങൾ വികലമാക്കാത്ത
അറിവാണത്.
ഞാൻ ഞാൻ എന്ന ചിന്ത വർജിക്കുക.
ആ ചിദാകാശവിശാലതയിൽ
ഉടലാണ് താനെന്ന
വിചാരവ്യാകുലത
പിന്നീടൊരിക്കലും ഉപദ്രവിക്കുകയില്ല. ∎

31

അനുഭവമാദിയിലൊന്നിരിക്കിലല്ലാ-
തനുമിതിയില്ലിതു മുന്നമക്ഷിയാലേ
അനുഭവിയാതതുകൊണ്ടു ധർമ്മിയുണ്ടെ-
ന്നനുമിതിയാലറിവീലറിഞ്ഞിടേണം.

ഇന്ദ്രിയപ്രത്യക്ഷമായ അനുഭവങ്ങൾക്ക്
അർത്ഥമുണ്ടാകാൻ പൂർവധാരണകൾ വേണം.
അവ കൊണ്ട് അനുമാനിച്ചറിയാം.
എന്നാൽ ഈവിധം അനുമാനത്തിന്
വഴങ്ങുന്നതല്ല ആത്മജ്ഞാനം.
പ്രത്യക്ഷമായ ആത്മജ്ഞാനത്തിന്
മുന്നറിവുകളില്ല. ∎

32

അറിവതു ധർമ്മിയെയല്ല, ധർമ്മമാമീ-
യരുളിയ ധർമ്മിയദൃശ്യമാകയാലേ
ധര മുതലായവയൊന്നുമില്ല താങ്ങു-
ന്നൊരു വടിവാമറിവുള്ളതോർത്തിടേണം.

ധർമങ്ങളുടെ ആവിഷ്കാരം മാത്രമേ
നാം കാണുന്നുള്ളൂ.
ധർമം അനുഷ്ഠിക്കുന്നതാരാണ്?
ആ ധർമി വാസ്തവത്തിൽ അദൃശ്യനാണ്.
ഇന്ദ്രിയങ്ങൾക്ക് അപ്രാപ്യമാണ്.
ഭൂമിയും ആകാശവും
ജലവും അഗ്നിയും വായുവും
അനുഷ്ഠിക്കുന്ന ധർമങ്ങൾ കാണാം;
അനുഭവിക്കാം.
യഥാർത്ഥ ധർമി സർവതിനും ആധാരമായ
ആ അറിവ് മാത്രം. ∎

33

അറിവു നിജസ്ഥിതിയിങ്ങറിഞ്ഞിടാനായ്-
ധര മുതലായ വിഭൂതിയായി താനേ
മറിയുമവസ്ഥയിലേറി മാറി വട്ടം-
തിരിയുമലാതസമം തിരിഞ്ഞിടുന്നു.

ആ അറിവിന്റെ നിജസ്ഥിതി
അറിയാനായി
നാം പഞ്ചഭൂതങ്ങളെത്തന്നെ
ആശ്രയിക്കുന്നു.
ധർമിയെ അറിയാൻ ധർമങ്ങളെ
ആശ്രയിക്കുക വഴി
അറിവിന്റെ പ്രതീതി മാത്രം ലഭിക്കുന്നു.
തീക്കൊള്ളി കറക്കുമ്പോൾ
തത്ക്കാലം പ്രത്യക്ഷമാവുന്ന
തേജോവലയം കണക്കെ
ഭ്രമാത്മകവും അവാസ്തവുമായ
പ്രപഞ്ചപ്രതീതി. ■

34

അരനൊടിയാദിയരാളിയാർന്നിടും തേ-
രുരുളതിലേറിയുരുണ്ടിടുന്നു ലോകം;
അറിവിലനാദിയതായ് നടന്നിടും തൻ-
തിരുവിളയാടലിതെന്നറിഞ്ഞിടേണം.

അരഞൊടി നേരത്തിന്റെ
രഥചക്രത്തിലേറി
ഉരുളുകയാണ് ഈ ലോകം.
എന്നാൽ അനാദിയും അനന്തവുമായ
കാലത്തിലൂടെ തുടരുന്ന
ആത്മസത്തയുടെ തിരുവിളയാടലാണ്
ഈ പ്രപഞ്ചം എന്നറിയേണം. ∎

35

ഒരു പതിനായിരമാദിതേയരൊന്നായ്
വരുവതുപോലെ വരും വിവേകവൃത്തി
അറിവിനെ മൂടുമനിത്യമായയാമീ-
യിരുളിനെയീർന്നെഴുമാദിസൂര്യനത്രേ.

ആത്മജ്ഞാനത്തിന്റെ ഉദയം
പതിനായിരം സൂര്യന്മാർ
ഒരുമിച്ച് വിളങ്ങുംപോലെ.
അറിവിന്റെ പൂർണതയെ ആവരണം ചെയ്യുന്ന
അനിത്യമായ മായയുടെ ഇരുട്ട്
പിളർന്നുദിക്കുന്ന
ആദിസൂര്യനാണത്. ■

36

അറിവിനു ശക്തിയനന്തമുണ്ടിതെല്ലാ-
മറുതിയിടാം സമയന്യയെന്നിവണ്ണം
ഇരുപിരിവായിതിലന്യസാമ്യമാർന്നു-
ള്ളുരുവിലമർന്നു തെളിഞ്ഞുണർന്നിടേണം.

കേവലമായ അറിവ് അനന്തമാണ്.
ആ അനന്തശക്തിയിൽ എല്ലാം സമീകരിക്കുന്ന
'സമ' എന്ന അറിവും
എല്ലാം വേർപിരിക്കുന്ന 'അന്യ'
എന്ന അറിവുമുണ്ട്.
വിദ്യയും അവിദ്യയുമാണവ.
'അന്യ', 'സമ'യുടെ
സ്വരൂപത്തിൽ ലയിക്കണം.
അങ്ങനെ സന്ദേഹമെല്ലാമകന്ന്
അനുഭവസായൂജ്യത്തിൽ
തെളിമയും ഉണർവും ഉണ്ടാകണം. ∎

37

വിഷമതയാർന്നെഴുമന്യ വെന്നുകൊൾവാൻ
വിഷമമഖണ്ഡവിവേകശക്തിയെന്യേ
വിഷമയെ വെന്നതിനാൽ വിവേകമാകും
വിഷയവിരോധിനിയോടണഞ്ഞിടേണം.

ജീവിതത്തെ സങ്കോചിപ്പിച്ച്
വിഷമത സൃഷ്ടിക്കുന്നതത്രെ
'അന്യ'യെന്ന ശക്തി.
അതിനെ ജയിക്കാൻ സർവാശ്ലേഷിയായ
അഖണ്ഡബോധമായ വിവേകത്തിനേ കഴിയൂ.
അന്യത തീർക്കുന്ന കെടുതി
അതിജീവിക്കാൻ
വിഷയാസക്തികളിൽ നിന്ന്
വിമോചിതമായ വിവേകത്തോട്
ചേരുകതന്നെ വേണം. ■

38

പല വിധമായറിയുന്നതന്യയൊന്നായ്
വിലസുവതാം സമയെന്നു മേലിലോതും
നിലയെയറിഞ്ഞു നിവർന്നു സാമ്യമേലും
കലയിലലിഞ്ഞു കലർന്നിരുന്നിടേണം.

ഒന്നായ പൊരുളിനെ പലതായറിയുന്ന
'അന്യ'യുടെ പിടിയിൽനിന്ന് മുക്തിനേടി
യഥാർത്ഥ അറിവിന്റെ നിലയറിഞ്ഞ്
ആ അറിവിലേക്ക് ഉയരണം.
ആ അനുഭൂതിയിൽ
സ്വയം കലർന്ന് പുലരേണം. ∎

39

അരുളിയ ശക്തികളെത്തുടർന്നു രണ്ടാം
പിരിവിവയിൽ സമതൻ വിശേഷമേകം;
വിരതി വരാ വിഷമാവിശേഷമൊന്നി-
ത്തരമിവ രണ്ടു തരത്തിലായിടുന്നു.

പലതിൽ നിന്ന്
'ഏക'മായതിൽ എത്തിച്ചേരുന്നു സമ.
പലതിന്റെ സവിശേഷപ്പൊരുളായ 'ഏക'മാണ്
സമയുടെ സ്വഭാവം.
അന്യയാകട്ടെ, എണ്ണിയെണ്ണി
ഓരോന്നിന്റെയും വ്യത്യസ്ത പെരുക്കുന്നു.
ഈവിധം രണ്ടുതരത്തിലാണ്
'സമ'യുടെയും 'അന്യ'യുടെയും
വിശേഷശക്തികൾ. ∎

40

സമയിലുമന്യയിലും സദാപി വന്നി-
ങ്ങമരുവതുണ്ടതതിൻ വിശേഷശക്തി
അമിതയതാകിലുമാകെ രണ്ടിവറ്റിൻ-
ഭ്രമകലയാലഖിലം പ്രമേയമാകും.

സമീകരിക്കുന്ന അറിവിലും
അന്യഭാവം തീർക്കുന്ന അറിവിലും
'ഏക'വും 'അനേക'വുമെന്ന അവയുടെ
വിശേഷശക്തികളുടെ പ്രഭാവം കാണാം.
വിപുലമാണ് ഈ വിധമുളവാകുന്ന
വസ്തുജ്ഞാനം.
അഖിലത്തെയും പ്രമേയമാക്കുന്ന
ഈ അറിവ് പക്ഷേ, യാഥാർത്ഥ്യമല്ല.
ഭ്രമകല മാത്രം. ∎

41

'ഇതു കുട'മെന്നതിലാദ്യമാ'മിതെ'ന്നു-
ള്ളതു വിഷമാ 'കുട'മോ വിശേഷമാകും
മതി മുതലായ മഹേന്ദ്രജാലമുണ്ടാ-
വതി 'നിതു' താൻ കരുവെന്നു കണ്ടിടേണം.

'ഇത് കുടം' എന്ന് പറയുമ്പോൾ
'ഇത്' എന്ന വാക്ക് 'അതിൽ' നിന്ന്
'ഇതിനെ' വേർതിരിക്കുന്നു.
അത് 'അന്യ'.
കുടം എന്നത് അതിന്റെ വിശേഷം.
ഈ അറിവാണ് ബുദ്ധികൊണ്ടുളവാകുന്ന
അനുഭവപ്രതീതികൾക്കെല്ലാം
ഹേതുവെന്ന് ഗ്രഹിക്കണം. ∎

42

'ഇദമറി'വെന്നതിലാദ്യമാ'മിതെ'ന്നു-
ള്ളതു സമ, തന്റെ വിശേഷണമാണു ബോധം;
മതി മുതലായവയൊക്കെ മാറി മേൽ സദ്-
ഗതി വരുവാ'നിതി'നെ ഭജിച്ചിടേണം.

'ഇത് അറിവ്' എന്ന
വാക്യത്തിലെ 'ഇത്'
സമയുടെ ദർശനമാണ്.
അതിന്റെ 'വിശേഷം' അറിവ്.
(ശിഥില ശക്തിയായ അന്യയ്ക്ക്
ഈ വിധം കാണാനാവില്ല.)
മതിയും ബോധവും തരുന്ന
അറിവുകൾക്കപ്പുറത്ത്,
സദ്ഗതിദായകവും സർവശ്രേഷ്ഠവും
ഏകവുമായ സമയിലെ
സാമാന്യമായ അറിവിനെ ഉപാസിക്കേണം. ∎

43

പ്രകൃതി പിടിച്ചു ചുഴറ്റിടും പ്രകാരം
സുകൃതികൾ പോലുമഹോ, ചുഴന്നിടുന്നു.
വികൃതി വിടുന്നതിനായി വേല ചെയ്‌വീ-
ലകൃതി ഫലാഗ്രഹമറ്ററിഞ്ഞിടേണം.

സുകൃതികൾപോലും പ്രകൃതിയുടെ
കൊടുംചുഴിയിൽപ്പെട്ട്
നിലകിട്ടാതെ നട്ടം തിരിയാറുണ്ട്.
കർമബന്ധത്തിൽ നിന്ന്
മോചനം നേടാൻ
നിഷ്ക്രിയത്വമല്ല മാർഗ്ഗം.
അത് അകൃതിയത്രെ.
സ്വാർത്ഥഫലകാംക്ഷ വെടിഞ്ഞ്
വിഹിതകർമങ്ങൾ
അനുഷ്ഠിക്കുക തന്നെവേണം. ∎

44

പലമതസാരവുമേകമെന്നു പാരാ-
തുലകിലൊരാനയിലന്ധരെന്നപോലെ
പലവിധ യുക്തി പറഞ്ഞു പാമരന്മാ-
രലവതു കണ്ടലയാതമർന്നിടേണം.

വിവിധ മതങ്ങളുടെ സാരം
ഒന്നു തന്നെയെന്ന് ഗ്രഹിക്കാതെ,
അന്ധന്മാർ ആനയെക്കണ്ടതുപോലെ
പാമരന്മാർ പലവിധ യുക്തികൾ
പറഞ്ഞും തർക്കിച്ചും നടക്കുന്നു.
ഇങ്ങനെ വൃഥാവിലലയാതെ
പലതായി കാണുന്നതിന്റെ
ഏകമായ പൊരുളറിഞ്ഞ്
ആത്മബോധത്തിലമരണം ∎

45

ഒരു മതമന്യനു നിന്ദ്യമൊന്നിലോതും
കരുവപരന്റെ കണക്കിനൂനമാകും
ധരയിലിതിന്റെ രഹസ്യമൊന്നു താനെ-
ന്നറിവളവും ഭ്രമമെന്നറിഞ്ഞിടേണം.

ഒരു മതത്തിൽ വിശ്വസിക്കുന്ന ഒരുവന്
മറ്റൊരു മതം നിന്ദ്യമായി തോന്നുന്നു.
ഒരു മതം പറയുന്ന തത്ത്വം
അന്യമതവിശ്വാസിക്ക് വികലമായി തോന്നുന്നു.
സർവമതങ്ങളുടെയും സത്ത
ഒന്നുതന്നെയെന്ന അറിവ് നേടാതെ
കൊണ്ടുനടക്കുന്ന
വിചാരങ്ങളും വിശ്വാസങ്ങളും
ഭ്രമകല്പനകൾ മാത്രം. ∎

46

പൊരുതു ജയിപ്പതസാദ്ധ്യമൊന്നിനോടൊ-
ന്നൊരു മതവും പൊരുതാലൊടുങ്ങുവീല
പരമതവാദിയിതോർത്തിടാതെ പാഴേ
പൊരുതു പൊലിഞ്ഞിടുമെന്ന ബുദ്ധിവേണം.

ഒരു മതത്തെ പൊരുതി തോല്പിക്കുക
അസാദ്ധ്യം.
പരസ്പരം കലഹിച്ചും പടവെട്ടിയും
ഒരു മതത്തെയും ഉന്മൂലനം ചെയ്യാൻ കഴിയുകയില്ല.
തന്റേതൊഴികെയുള്ള മറ്റെല്ലാ മതങ്ങളും
അധമമെന്ന് നിരൂപിക്കുന്നവൻ
വെറുതെ മത്സരിച്ചും പൊരുതിയും
സ്വയം ഇല്ലാതാവുകയേ ഉള്ളൂ.
ഈ തിരിച്ചറിവുണ്ടാകണം. ∎

47

ഒരു മതമാകുവതിന്നുരപ്പതെല്ലാ-
വരുമിതു വാദികളാരുമോർക്കുവീല
പരമതവാദമൊഴിഞ്ഞ പണ്ഡിതന്മാ-
രറിയുമിതിന്റെ രഹസ്യമിങ്ങശേഷം.

ഒരു മതം മാത്രം മതിയെന്ന്
പറയുകയും
അത് തന്റെ മതമായിരിക്കണമെന്ന്
ശഠിക്കുകയും ചെയ്യുന്നതിലെ അന്തസ്സാരശൂന്യത
മതവാദികൾക്ക് മനസ്സിലാവുകയില്ല.
അന്യമതങ്ങളെ ഇകഴ്ത്തുന്ന
വാദങ്ങൾ ഉന്നയിക്കാത്ത ജ്ഞാനികൾ
സ്വന്തമതവാദികളുടെ മിഥ്യാബോധം
വ്യക്തമായി തിരിച്ചറിയുന്നു. ∎

48

തനുവിലമർന്ന ശരീരി, തന്റെ സത്താ-
തനുവിലതെന്റെതിതെന്റെതെന്നു സർവം
തനുതയൊഴിഞ്ഞു ധരിച്ചിടുന്നു; സാക്ഷാ-
ലനുഭവശാലികളാമിതോർക്കിലാരും.

ശരീരവുമായി താദാത്മ്യപ്പെട്ട ശരീരി
ആ താദാത്മ്യത്തിന്റെ സാകല്യതയിൽ
'ഇത് എന്റേത്, അത് എന്റേത്' എന്ന്
നിർവികല്പമായി ധരിക്കുന്നു.
ആ അവസ്ഥയിൽ ശരീരവുമായുള്ള
മമതാബന്ധം നഷ്ടപ്പെട്ട്
അറിവ് ആനന്ദത്തോട് തന്മയീഭവിക്കണം.
അപ്പോൾ ആത്മാവിന്റെ ആനന്ദസ്വരൂപം
അനുഭവിക്കാൻ പ്രാപ്തിയുണ്ടായ് വരും. ∎

49

അഖിലരുമാത്മസുഖത്തിനായ് പ്രയത്നം
സകലവുമിങ്ങു സദാപി ചെയ്തിടുന്നു;
ജഗതിയിലിമ്മതമേകമെന്നു ചിന്തി-
ച്ചഘമണയാതകതാരമർത്തിടേണം.

സകലരും ആത്മസുഖത്തിനു വേണ്ടി
സദാനേരവും കർമനിരതരായിരിക്കുന്നു.
വാസ്തവത്തിൽ ഈ ജന്മത്തിൽ
ആത്മസുഖാന്വേഷണം എന്ന
ഒറ്റമതം മാത്രമേയുള്ളൂ.
ഈ ചിന്ത ഉറപ്പിച്ച്,
ദൂഷിത വിചാരങ്ങൾ വർജിച്ച്
അന്തരംഗം ആത്മാവിൽ വിലയിക്കണം. ■

50

നിലമൊടു നീരതുപോലെ കാറ്റ് തീയും
വെളിയുമഹംകൃതി വിദ്യയും മനസ്സും
അലകളുമാഴിയുമെന്നുവേണ്ടയെല്ലാ-
വുലകുമുയർന്നറിവായി മാറിടുന്നു.

ഈ ആത്മാനുഭൂതിയിൽ
ഭൂമി, ജലം, വായു, അഗ്നി, ആകാശം
എന്നീ പഞ്ചഭൂതങ്ങളും
ഞാനെന്ന ഭാവവും ബുദ്ധിയും മനസ്സും
കടലും തിരകളും എല്ലാം വിലയിക്കുന്നു.
സകല നാമരൂപഭേദങ്ങളും സംലയിച്ച്
ജ്ഞാനാനുഭൂതിയായിത്തീരുന്നു. ∎

51

അറിവിലിരുന്നൊരഹന്തയാദ്യമുണ്ടായ്
വരുമിതിനോടൊരിദന്ത വാമയായും
വരുമിവ രണ്ടുലപങ്ങൾപോലെ മായാ-
മരമഖിലം മറയെപ്പടർന്നിടുന്നു.

അറിവിൽനിന്ന് ആദ്യം അഹംബോധവും
തുടർന്ന് പ്രപഞ്ചബോധവും ഉരുവാകുന്നു.
പരസ്പരപൂരകങ്ങളാണിവ.
രണ്ടുവല്ലികൾപോലെ പിണഞ്ഞ്
മായാമരമായി വളർന്ന്, അത്
ജ്ഞാനസ്വരൂപത്തെ മറച്ച് പന്തലിക്കുന്നു. ∎

52

ധ്വനിമയമായ് ഗഗനം ജ്വലിക്കുമന്നാ-
ളണയുമതിങ്കലശേഷ ദൃശ്യജാലം
പുനരവിടെ ത്രിപുടിക്കു പൂർത്തി നല്കും
സ്വനവുമടങ്ങുമിടം സ്വയംപ്രകാശം!

പ്രണവധ്വനി നിറഞ്ഞ ആത്മാകാശം
പ്രകാശപൂർണം.
ദൃശ്യമായ ഈ രൂപജാലം
ആ പ്രകാശപൂർണിമയിൽ
നിശ്ശേഷം അപ്രത്യക്ഷമാകും.
അറിവ് മൂന്നായി പിരിഞ്ഞതു വഴി
ആവിർഭവിച്ച ശബ്ദവും അടങ്ങും.
പിന്നെ അവിടെ
ആത്മപ്രകാശമെന്ന സ്വയംജ്യോതി മാത്രം വിളങ്ങും. ∎

53

ഇതിലെഴുമാദിമശക്തിയിങ്ങു കാണു-
ന്നിതു സകലം പെറുമാദിബീജമാകും
മതിയതിലാക്കി മറന്നിടാതെ മായാ-
മതിയറുവാൻ മനനം തുടർന്നിടേണം.

സ്വയംജ്യോതിയായ ആ അറിവിന്റെ
ആദിമശക്തി
നാമരൂപാത്മകമായ സകലതിനും ജനനി.
ജഗത്തിന്റെ ആദിബീജം.
ബുദ്ധി ആ ജ്യോതിസ്സിൽ ആമഗ്നമാകണം.
ആത്മബോധം ഉണരണം.
അങ്ങനെ മായയുടെ വിഭ്രമബുദ്ധി
ഒഴിയാൻ മനനം തുടങ്ങണം. ■

54

ഉണരുമവസ്ഥയുറക്കിലില്ലുറക്കും
പുനരുണരുമ്പൊഴുതും സ്ഫുരിക്കുവീല
അനുദിനമിങ്ങനെ രണ്ടുമാദിമായാ-
വനിതയിൽ നിന്നു പുറന്നു മാറിടുന്നു.

ഉണർന്നിരിക്കുകയെന്നത് ഉറക്കമെന്ന
അവസ്ഥയുടെ അഭാവം.
ഉറക്കമെന്ന അവസ്ഥ ഉണരുന്നതോടെ
നഷ്ടമാവും.
(ഏതെങ്കിലും ഒരവസ്ഥ മാത്രമേ അനുഭവിക്കാനാവൂ)
ഈ രണ്ട് വിപരീതാവസ്ഥകളും
പ്രതിദിനം സംഭവിച്ചുകൊണ്ടിരിക്കുന്നു.
രണ്ടും മായയാകുന്ന ആദിമാതാവിൽ നിന്ന്
ആവിർഭവിച്ച് വൈരുദ്ധ്യമാർജിച്ചിരിക്കുന്നു. ∎

55

നെടിയ കിനാവിതു നിദ്രപോലെ നിത്യം
കെടുമിതുപോലെ കിനാവുമിപ്രകാരം
കെടുമതി കാണുകയില്ല കേവലത്തിൽ
പെടുവതിനാലനിശം ഭ്രമിച്ചിടുന്നു.

ജീവിതം ഒരു നീണ്ട സ്വപ്നം പോലെ.
ഉറക്കം അവസാനിക്കുന്നതോടെ
സ്വപ്നവും മാഞ്ഞുപോകും.
അതേപോലെ, ജീവിതമെന്ന
നീണ്ടകിനാവും കെട്ടുപോകും.
ഈ പരമാർത്ഥം മായയ്ക്ക് അധീനമായ
ബുദ്ധിക്ക് അപ്രാപ്യം.
സത്യമെന്ന് നിരൂപിച്ച്
മനുഷ്യർ അങ്ങനെ
സദാ സ്വപ്നത്തിൽ ഭ്രമിച്ചുപോകുന്നു. ■

56

കടലിലെഴും തിരപോലെ കായമോരോ-
ന്നുടനുടനേറിയുയർന്നമർന്നിടുന്നു
മുടിവിതിനെങ്ങിതു ഹന്ത! മൂലസംവിത്-
കടലിലജസ്രവുമുള്ള കർമ്മമത്രേ!

കടലിലെ തിരകൾ പോലെ
ഉടലുകൾ ഒന്നൊന്നായി രൂപമാർജ്ജിക്കുകയും
പുലരുകയും
മറയുകയും ചെയ്തുകൊണ്ടിരിക്കുന്നു.
ആശ്ചര്യമാണ് ഈ അവിരാമപ്രക്രിയ.
പ്രപഞ്ചഹേതുവായ പ്രജ്ഞാസാഗരത്തിൽ
ഇടതടവില്ലാതെ ആവിഷ്കൃതമാവുന്ന
കർമവൈഭവമാണിത്. ■

57

അലയറുമാഴിയിലുണ്ടനന്തമായാ-
കലയിതു കല്യയനാദി കാര്യമാകും
സലില രസാദി ശരീരമേന്തി നാനാ-
വുലകുരുവായുരുവായി നിന്നിടുന്നു.

തിരയില്ലാത്ത കടലിലുണ്ട്
അനന്തമായ കല.
ആത്മബോധമെന്ന കടലിലെ
അനാദിയായ ഈ മായാകല
എന്തിനും സമർത്ഥമത്രെ.
ജലത്തിന്റെ ഗുണം രസം എന്നപോലെ
എല്ലാ ഭൂതങ്ങളും
അവയുടെ ഗുണങ്ങളോടു ചേർന്ന്
നാനാരൂപങ്ങൾ പ്രാപിച്ച്
നാനാതരം ലോകങ്ങളുടെ രൂപഭേദമായി
ഇവിടെ നിലകൊള്ളുന്നു. ∎

58

നവനവമിന്നലെയിന്നു നാളെ മറ്റേ-
ദിവസ്സമിതിങ്ങനെ ചിന്ത ചെയ്തിടാതെ
അവിരതമെണ്ണിയളന്നിടുന്നതെല്ലാം
ഭ്രമമൊരു ഭേദവുമില്ലറിഞ്ഞിടേണം.

ഇന്നലെ, ഇന്ന്, നാളെ എന്നിങ്ങനെ
കാലത്തെ ഖണ്ഡിക്കുകയും
ഓരോന്നും നവംനവമായി
ഉരുവാകുന്നത് കണ്ട്
അന്ധാളിക്കുകയും ചെയ്യേണ്ടതില്ല.
ഇങ്ങനെ എണ്ണിയും അളന്നും
അടയാളപ്പെടുത്തിയും അറിയുന്നതെല്ലാം
ഭ്രമം മാത്രം.
വാസ്തവത്തിൽ
എല്ലാം അഖണ്ഡവും ഏകവുമാണെന്നും
അവയ്ക്ക് ഭേദമേതുമില്ലെന്നും ബോധ്യപ്പെടണം. ∎

59

അറിവിനെ വിട്ടഥ ഞാനുമില്ലയെന്നെ-
പ്പിരിയുകിലില്ലറിവും പ്രകാശമാത്രം;
അറിവറിയുന്നവനെന്നു രണ്ടുമോർത്താ-
ലൊരു പൊരുളാ, മതിലില്ല വാദമേതും.

അറിവിൽ നിന്ന് (ആത്മാവിൽ നിന്ന്) വ്യതിരിക്തമായി
അറിയുന്ന 'ഞാൻ' എന്ന ബോധത്തിന് നിലയില്ല.
ഞാൻ എന്ന പൊരുളിൽ നിന്ന് വേറിട്ട്
ഒരറിവിനും അസ്തിത്വവുമില്ല.
ഞാനും അറിവും ഒരൊറ്റ
പ്രകാശാനുഭൂതിയാണല്ലോ.
അറിവും അറിയുന്നവനും
ഒരേ പൊരുൾ തന്നെയാണല്ലോ.
ഈ സത്യം അവിതർക്കിതവുമാണല്ലോ! ∎

60

അറിവിനെയും മമതയ്ക്കധീനമാക്കി-
പ്പറയുമിതിൻ പരമാർത്ഥമോർത്തിടാതെ,
പറകിലുമപ്പരതത്ത്വമെന്നപോലീ-
യറിവറിയുന്നവനന്യമാകുവീല.

ഈ പരമാർത്ഥമൊന്നും ഗ്രഹിക്കാതെ
അറിവിനെത്തന്നെ എന്റെ അറിവ്
എന്ന തരത്തിൽ ചിലർ
മമതാബന്ധത്തിൽ തളച്ചിടുന്നു.
എന്നിരിക്കിലും
പരമാർത്ഥതത്ത്വമറിയുന്നവനിൽ നിന്ന്
അറിവ് അന്യമല്ലാതിരിക്കുന്നതുപോലെ
'എന്റേത്' എന്നു കരുതിപ്പോരുന്ന
ഈ അറിവും
അറിയുന്നവനിൽ നിന്ന്
അന്യമാകുന്നില്ല. ∎

61

വെളിവിഷയം വിലസുന്നു വേറുവേറാ-
യളവിടുമിന്ദ്രിയമാർന്ന തന്റെ ധർമ്മം
ജളതയതിങ്ങു ദിഗംബരാദി നാമാ-
വലിയൊടുയർന്നറിവായി മാറിടുന്നു.

ബാഹ്യലോകത്ത് എല്ലാം വെവ്വേറെയായി
കാണപ്പെടുന്നു.
അത് ഇന്ദ്രിയങ്ങളുടെ ധർമം.
എന്നാൽ എത്ര പരിമിതമാണത്!
എന്തൊരു മിഥ്യയാണത്!
ദിക്ക്, ആകാശം തുടങ്ങിയ
വ്യത്യസ്തകൾപ്പുറത്തേക്കുയർന്ന്,
ആ അറിവ് എല്ലാറ്റിനും അതീതവും
എല്ലാറ്റിനും ആധാരവുമായി പരിലസിക്കുന്നു.
കേവലജ്ഞാനമായി പരിണമിക്കുന്നു. ∎

62

പരവശനായ്പ്പരതത്ത്വമെന്റേതെന്നോർ-
ക്കരുതരുതെന്നു കഥിപ്പതൊന്നിനാലേ
വരുമറിവേതു വരാ കഥിപ്പതാലേ
പരമപദം പരിചിന്ത ചെയ്തിടേണം.

ലൗകിക വിചാരങ്ങളുടെ പരവശതയാൽ
പരമാത്മാവിനെപ്പോലും ചിലർ
'എന്റേതുമാത്ര'മാക്കിക്കളയുന്നു.
അങ്ങനെ 'ചെയ്യരുത്', 'അരുത്'
എന്നു പറഞ്ഞതുകൊണ്ടുമാത്രം
എന്തറിവുണ്ടാകാനാണ്?
ബുദ്ധികൊണ്ടും വാക്കുകൊണ്ടുമല്ല
മനനത്തിലൂടെ
പരമപദം പ്രാപിക്കേണം. ■

63

അറിവിലിരുന്നപരത്വമാർന്നിടാതീ-
യറിവിനെയിങ്ങറിയുന്നതെന്നിയേ താൻ
പരവശനായറിവീല പണ്ഡിതൻ തൻ
പരമരഹസ്യമിതാരു പാർത്തിടുന്നു!

അറിവും ഞാനും വേറെയല്ല എന്ന
ചിന്തയോടെയല്ലാതെ അന്വേഷിച്ചാൽ
അറിവ് തെളിയുകയില്ല.
തന്നിൽ നിന്ന് അന്യമാണ് ആത്മാവ്
എന്നു കരുതി അന്വേഷിച്ചാൽ
ആത്മജ്ഞാനം ഉദിക്കുകയില്ല.
ആത്മജ്ഞാനിയുടെ അത്യന്തവിശിഷ്ടമായ
ജ്ഞാനാനുഭൂതി
മറ്റൊരാൾക്ക് അറിയാൻ കഴിയുന്നതെങ്ങനെ? ∎

64

പ്രതിവിഷയം പ്രതിബന്ധമേറി മേവു-
ന്നിതിനെ നിജസ്മൃതിയേ നിരാകരിക്കൂ;
അതിവിശദസ്മൃതിയാലതീതവിദ്യാ-
നിധി തെളിയുന്നതിനില്ല നീതിഹാനി.

വിഷയമോരോന്നും
ആത്മസത്യം ദർശിക്കുന്നതിന്
തടസ്സം തീർക്കുന്നു.
ആ തടസ്സം നിരാകരിക്കാൻ
ആത്മസ്മൃതിക്ക് മാത്രമേ കഴിയൂ.
ആ സ്മൃതിയുടെ സൂക്ഷ്മതയിൽ
ഭേദചിന്തകൾക്കതീതമായ
ജ്ഞാനാനുഭൂതി താനേ പ്രകാശിക്കും.
യുക്തിഭദ്രമാണത്. ∎

65

ഒരു കുറി നാമറിയാത്തതൊന്നുമിങ്ങി-
ല്ലുരുമറവാലറിവീലുണർന്നിതെല്ലാം
അറിവവരില്ലതിരറ്റതാകയാലീ-
യരുമയെയാരറിയുന്നഹോ! വിചിത്രം!

ഒന്നോർത്താൽ
നമുക്കറിയാൻ കഴിയാത്തതായി
ഒന്നുമില്ല.
പക്ഷേ നാമരൂപങ്ങളുടെ
മായാമറ കാരണം
ആത്മബോധദീപ്തിയോടെ
ഇവയെല്ലാം ഒന്നായി നാം
അറിയുന്നില്ല
എല്ലാം വിചിത്രം!
സീമാതീതമായ ആ പ്രേമപുഞ്ജത്തെ
അറിയുന്നവർ എത്ര ദുർലഭം! ∎

66

ഇര മുതലായവയെന്നുമിപ്രകാരം
വരുമിനിയും; വരവറ്റു നില്പതേകം
അറിവതു, നാമതു തന്നെ മറ്റുമെല്ലാ-
വരുമതുതൻ വടിവാർന്നു നിന്നിടുന്നു.

ജീവിതം എപ്പോഴും സുഖദുഃഖ സമ്മിശ്രം.
അവ വന്നുപൊയ്ക്കൊണ്ടിരിക്കും.
വരവും പോക്കുമില്ലാതെ വർത്തിക്കുന്നത്
ഏകമായ ആ അറിവ് മാത്രം.
ആ അറിവ് നാം തന്നെയാകുന്നു.
മറ്റെല്ലാവരും (നമ്മെപ്പോലെ) ആ ഏകമായ
അറിവിൽ നിന്ന് ഉരുവം കൊണ്ട്
നിലകൊള്ളുന്നു. ∎

67

ഗണനയിൽ നിന്നു കവിഞ്ഞതൊന്നു സാധാ-
രണമിവ രണ്ടുമൊഴിഞ്ഞൊരന്യരൂപം
നിനവിലുമില്ലതു നിദ്രയിങ്കലും മേ-
ലിനനഗരത്തിലുമെങ്ങുമില്ല നൂനം.

ഇന്ദ്രിയങ്ങളുടെയും മനസ്സിന്റെയും
കണക്കുക്കൂട്ടലുകൾക്ക് അതീതമായ
ഒരറിവുണ്ട്.
ഇന്ദ്രിയങ്ങളുടെയും മനസ്സിന്റെയും ഗണിതത്തിന്
വഴങ്ങുന്ന അറിവുമുണ്ട്.
ഇവ രണ്ടുമല്ലാതെ മറ്റൊരറിവ്
എങ്ങുമേയില്ല, അത് തീർച്ച.
ഉണർവിലില്ല, ഉറക്കത്തിലുമില്ല.
സ്വപ്നലോകത്തിലില്ല, മറ്റെങ്ങുമേയില്ല. ∎

68

അരവവടാകൃതിപോലഹന്ത രണ്ടാ-
യറിവിലുമംഗിയിലും കടക്കയാലേ
ഒരു കുറിയാര്യയിതിങ്ങനാര്യയാകു-
ന്നൊരുകുറിയെന്നുണരേണമൂഹശാലി.

കയറിനെ പാമ്പ് എന്നു ധരിക്കുന്നതുപോലെ
ഞാൻ എന്ന പൊരുൾ രണ്ടായിത്തീരുന്നു.
അറിവ് (ആത്മാവ്) എന്ന നിലയ്ക്കും
ശരീരിയും അറിയുന്നവനുമായ ഞാൻ
എന്ന നിലയ്ക്കും.
അങ്ങനെ ഒരു വശത്ത്
ശ്രേഷ്ഠമായ അറിവായും
മറുവശത്ത് അനാര്യമായ അറിവായും
അത് രൂപം കൊള്ളുന്നു.
വിവേകി ഈ വേർതിരിവ്
മനസ്സിലാക്കണം. ∎

69

ശ്രുതി മുതലാം തുരഗം തൊടുത്തൊരാത്മ-
പ്രതിമയെഴും കരണപ്രവീണനാളും
രതിരഥമേറിയഹന്ത രമ്യരൂപം
പ്രതി പുറമേ പെരുമാറിടുന്നജസ്രം.

ഇന്ദ്രിയങ്ങളാകുന്ന കുതിരകളെ പൂട്ടിയ
രഥത്തിൽ
ആത്മബിംബം എഴുന്നെള്ളുമ്പോൾ
മനസ്സെന്ന സാരഥി
രതിരഥത്തിന്റെ നിയന്ത്രണമേല്ക്കും.
അഹന്ത, കമനീയദൃശ്യങ്ങളിൽ
അഭിരമിക്കും.
അങ്ങനെ പിന്നെയും പിന്നെയും
ചുറ്റിത്തിരിഞ്ഞുകൊണ്ടേയിരിക്കും. ∎

70

ഒരു രതി തന്നെയഹന്തയിന്ദ്രിയയാന്തഃ-
കരണകളേബരമെന്നിതൊക്കെയായി
വിരിയുമിതിന്നു വിരാമമെങ്ങു, വേറാ-
മറിവവനെന്നറിവോളമോർത്തിടേണം.

ഒരേയൊരാനന്ദം തന്നെയാണ്
അഹന്തയായും ഇന്ദ്രിയങ്ങളായും
അന്തഃകരണമായും ശരീരമായും
പ്രത്യക്ഷമാവുന്നത്.
അറിവ് വേറെ
അറിയുന്ന ഞാൻ വേറെ എന്നു
ധരിക്കുന്നിടത്തോളം
ഈ വിഷയരതി
എങ്ങനെ ഒടുങ്ങാനാണ്? ∎

71

സവനമൊഴിഞ്ഞു സമത്വമാർന്നു നില്പീ-
ലവനിയിലാരുമനാദി ലീലയത്രേ;
അവിരളമാകുമിതാകവേയറിഞ്ഞാ-
ലവനതിരറ്റ സുഖം ഭവിച്ചിടുന്നു.

സൃഷ്ടിസ്ഥിതിലയരഹിതമായ അവസ്ഥ
ഒരിക്കലുമില്ല.
അനാദിയാണ് ഈ പ്രക്രിയ
അവിരാമവും.
ഇതറിയുന്നവർ
പരമാനന്ദം അനുഭവിക്കുന്നു. ∎

72

ക്രിയയൊരു കൂറിതവിദ്യ; കേവലം ചി-
ന്മയി മറുകൂറിതു വിദ്യ; മായയാലേ
നിയതമിതിങ്ങനെ നില്ക്കിലും പിരിഞ്ഞ-
ദ്വയപരഭാവന തുര്യമേകിടുന്നു.

ഒരു വീക്ഷണത്തിൽ
ലീലകൾ തുടരുന്നതറിയുന്നു.
അത് അവിദ്യ.
മറുവീക്ഷണത്തിൽ
എല്ലാം അറിവാണെന്ന് ബോധ്യമാകുന്നു.
ഇത് വിദ്യ.
മായ കാരണം വിദ്യയും അവിദ്യയും
ഭിന്നമായി കാണുമെങ്കിലും
അദ്വയപരഭാവനകൊണ്ട്
അതിനെ അതിജീവിക്കാം.
അത് തുരീയാനുഭൂതി പകരും. ∎

73

ഒരു പൊരുളിങ്കലനേകമുണ്ടനേകം
പൊരുളിലൊരർത്ഥവുമെന്ന ബുദ്ധിയാലേ
അറിവിലടങ്ങുമഭേദമായിതെല്ലാ-
വരുമറിവീലതിഗോപനീയമാകും.

ഏകമായ പൊരുളിൽ
അനേകമായി പ്രത്യക്ഷമാവുന്ന
നാമരൂപങ്ങൾ ഉൾച്ചേർന്നിരിക്കുന്നു.
അനേകമായി കാണുന്ന
നാമരൂപങ്ങളിലാകട്ടെ
ഒരൊറ്റ അർത്ഥം മാത്രം സന്നിഹിതമായിരിക്കുന്നു.
ഈ അഭേദവിചാരത്തിൽ
അറിവു മുഴുവൻ അന്തർഭവിച്ചിരിക്കുന്നു.
ഈ രഹസ്യം പക്ഷേ എല്ലാവരുമറിയുന്നില്ല.
ഗോപനം ചെയ്യപ്പെട്ടിരിക്കുന്ന അറിവാണിത്. ∎

74

പൊടിയൊരു ഭൂവിലസംഖ്യമപ്പൊടിക്കുൾ-
പ്പെടുമൊരു ഭൂവിതിനില്ല ഭിന്നഭാവം
ജഡമമരുന്നതുപോലെ ചിത്തിലും ചി-
ത്തുടലിലുമിങ്ങിതിനാലിതോർക്കിലേകം.

ഈ ഭൂമി, വാസ്തവത്തിൽ
അസംഖ്യം ധൂളികൾ കൂടിച്ചേർന്നത്.
ഓരോ ധൂളിയിലുമുള്ളതു ഭൂമി മാത്രം.
ഭൂമിയും ധൂളിയും ഭിന്നമല്ല.
ജഡവും ചിത്തവും തമ്മിലെ ബന്ധം
ഇതുപോലെയത്രെ.
ചിത്തിൽ ജഡവും ജഡത്തിൽ ചിത്തും
ഉൾച്ചേർന്നിരിക്കുന്നു.
ഞാൻ എന്ന സത്തയുടെ
സ്ഥൂലവും സൂക്ഷ്മവുമായ തലങ്ങളാണ്
ജഡവും ചിത്തവും.
രണ്ടല്ല, അവ ഒന്നു തന്നെ. ∎

75

പ്രകൃതി ജലം, തനു ഫേനമാഴിയാത്മാ-
വഹമഹമെന്നലയുന്നതൂർമ്മിജാലം
അകമലരാർന്നറിവൊക്കെ മുത്തു താൻ താൻ
നുകരുവതാമമൃതായതിങ്ങു നൂനം.

മൂലപ്രകൃതി ജലം കണക്കെ
വെവ്വേറെ കാണപ്പെടുന്ന ഉടലുകൾ
ജലോപരിതലത്തിലെ
കുമിളകൾ കണക്കെ.
ആത്മാവ് സാഗരസമാനം.
ഞാൻ ഞാൻ എന്ന ഭാവേന അലയുന്നവർ
തിരമാലകൾ കണക്കെ.
ആത്മകുസുമങ്ങളായി വിരിയുന്ന
അറിവുകളൊക്കെയും
കടലിനടിയിലെ
പരമാനന്ദമാകുന്ന
മുത്തുകൾ കണക്കെ.
മനുഷ്യർ അനുഭവിക്കുന്ന അമരത്വബോധം
ഈ അറിവ് തന്നെയാണല്ലോ. ■

76

മണലളവറ്റു ചൊരിഞ്ഞ വാപിയിൻമേ-
ലണിയണിയായല വീശിടുന്നവണ്ണം
അനൃതപരമ്പര വീശിയന്തരാത്മാ-
വിനെയകമേ ബഹുരൂപമാക്കിടുന്നു.

തുടരെത്തുടരെ മണൽ വീഴുന്ന കുളത്തിൽ
അലയൊടുങ്ങുകയില്ല.
മായാഭാവങ്ങളുടെ കാറ്റ്
ഇടതടവില്ലാതെ വീശുക വഴി
പ്രശാന്തമായ അന്തരാത്മാവ് തന്നെ
പലരൂപപ്രതീതി ജനിപ്പിക്കുന്നു. ■

77

പരമൊരു വിണ്ണു, പരന്ന ശക്തി കാറ്റാ-
മറിവനലൻ, ജല, മക്ഷ, മിന്ദ്രിയാർത്ഥം
ധരണി,യിതിങ്ങനെയഞ്ചു തത്ത്വമായ് നി-
ന്നെരിയുമിതിന്റെ രഹസ്യമേകമാകും.

പരമമായ ആത്മാവത്രെ ആകാശം.
കാറ്റ് അതിൽ ഭാവരൂപങ്ങൾ വിരചിക്കുന്ന ശക്തി.
അറിവ് അഗ്നി, ഇന്ദ്രിയങ്ങൾ ജലം
ഇന്ദ്രിയവിഷയങ്ങൾ ഭൂമി.
ചിത്തും ജഡവും ഒന്നായിരിക്കുന്ന
ഈ പ്രപഞ്ചം ഈ വിധം
പഞ്ചഭൂതതത്ത്വങ്ങളായി എരിഞ്ഞുകൊണ്ടിരിക്കുന്നു.
എന്നാൽ വാഴ്‌വിന്റെ തത്ത്വരഹസ്യം
ഒന്നുമാത്രം. ∎

78

മരണവുമില്ല, പുറപ്പുമില്ല വാഴ്വും
നരസുരരാദിയുമില്ല നാമരൂപം
മരുവിലമർന്ന മരീചിനീരുപോൽ നി-
ല്പൊരു പൊരുളാം പൊരുളല്ലിതോർത്തിടേണം.

മരണമില്ല, ജനനവുമില്ല.
ജനനമരണങ്ങൾക്കിടയിലെ ജീവിതവുമില്ല.
മനുഷ്യനില്ല, ദേവനുമില്ല.
ഈ നാമരൂപങ്ങളും അവസ്ഥകളും
അവാസ്തവങ്ങൾ.
മരുഭൂമിയിൽ കാണുന്ന
കാനൽജലംപോലെ മാത്രം.
നിലനില്പുള്ളത്
ഒരു പൊരുളിനുമാത്രം.
മറ്റൊന്നും തന്നെ പൊരുളല്ല എന്നുമറിയണം. ■

79

ജനിസമയം സ്ഥിതിയില്ല, ജന്മിയന്യ-
ക്ഷണമതിലില്ലിതിരിപ്പതെപ്രകാരം?
ഹനനവുമിങ്ങനെതന്നെയാകയാലേ
ജനനവുമില്ലിതു ചിത്പ്രഭാവമെല്ലാം.

ജനനസമയം നിശ്ചലമല്ല.
ജനിച്ച ക്ഷണത്തിൽ തന്നെ
ആ പ്രക്രിയയിൽ നിന്നു ജനിച്ചത്(ജന്മി)
വിഭിന്നമായിത്തീരുന്നു.
ജനിക്കുന്ന ഒന്നിന്
എപ്പോഴെങ്കിലും സ്ഥിരതയുണ്ടോ?
മരണവും അങ്ങനെതന്നെ.
വാസ്തവത്തിൽ ജനനവുമില്ല, മരണവുമില്ല.
സൃഷ്ടിസ്ഥിതിസംഹാരമായി
കാണുന്നതഖിലവും
ചിരന്തനമായ ആത്മാവിന്റെ അദ്ഭുതപ്രഭാവം മാത്രം. ∎

80

സ്ഥിതിഗതിപോലെ വിരോധിയായ സൃഷ്ടി-
സ്ഥിതിലയമെങ്ങൊരു ദിക്കിലൊത്തു വാഴും?
ഗതിയിവ മൂന്നിനുമെങ്ങുമില്ലിതോർത്താൽ
ക്ഷിതി മുതലായവ ഗീരു മാത്രമാകും.

സ്ഥിതിയും ഗതിയും ഒരുമിച്ച് എങ്ങനെ വാഴാൻ?
സ്ഥിതിചെയ്യുന്നതിന്
ഗതികത്വം എങ്ങനെയുണ്ടാകാൻ?
ചലിക്കുന്നതിന് (മാറുന്നതിന്)
സ്ഥിരത എങ്ങനെ നേടാൻ?
സൃഷ്ടി, സ്ഥിതി, സംഹാരം
എന്നീ വൈരുദ്ധ്യങ്ങൾ
ഒരുമിച്ച് വർത്തിക്കുകയില്ല.
ഈ അവസ്ഥകൾക്ക് സ്വതന്ത്രമായ അസ്തിത്വമില്ല.
ഈ വിധം വിചിന്തനം ചെയ്താൽ.
ഭൂമി എന്നൊക്കെപ്പറയുന്ന
പ്രാപഞ്ചികപ്രതിഭാസങ്ങൾ
പൊരുളില്ലാവാക്കുകളാണെന്ന് മനസ്സിലാക്കാം. ∎

81

പ്രകൃതി പിരിഞ്ഞൊരു കൂറു ഭോക്തൃരൂപം
സകലവുമായ് വെളിയേ സമുല്ലസിക്കും
ഇഹപരമാമൊരു കൂറിദന്തയാലേ
വികസിതമാമിതു ഭോഗ്യവിശ്വമാകും.

പ്രകൃതി സ്വയം പിരിഞ്ഞ്
ഒരു ഭാഗത്ത്
ഭോക്താവിന്റെ രൂപത്തിൽ നിലകൊള്ളുന്നു.
ഭോക്താവ് അഹന്തയാകുന്നു.
(അഹന്തയുടെ പ്രതിദ്വന്ദ്വമായ) ഇദന്തകാരണം
ഇഹപരലോകങ്ങളിലെ സർവവും
ബാഹ്യപ്രതിഭാസങ്ങളായി പരിലസിക്കുന്നു.
ഒരേ ആത്മപ്രകൃതിതന്നെ
ഭോക്താവാവുകയും
ഭോഗ്യവിശ്വമായി വികസിച്ചു നില്ക്കുകയും ചെയ്യുന്നു. ∎

82

അരണി കടഞ്ഞെഴുമഗ്നിപോലെയാരാ-
യ്‌വവരിലിരുന്നതിരറ്റെഴും വിവേകം
പരമചിദംബരമാർന്ന ഭാനുവായ് നി-
ന്നെരിയുമതിന്നിരയായിടുന്നു സർവം.

അരണി കടയുമ്പോൾ
അഗ്നി ജ്വലിച്ചുയരുന്നതുപോലെ
ജ്ഞാനാന്വേഷികളിൽ
വിവേകത്തിന്റെ അഗ്നി വെളിപ്പെടുന്നു.
പരമമായ ചിദാകാശത്തിൽ അത്
ജ്ഞാനസൂര്യനായി വിളങ്ങുന്നു.
കർമബന്ധങ്ങളും അവിദ്യയും എല്ലാം
ആ അഗ്നിയിൽ കത്തിയെരിയുന്നു. ∎

83

ഉടയുമിരിക്കുമുദിക്കുമൊന്നു മാറി-
ത്തുടരുമിതിങ്ങുടലിൻ സ്വഭാവമാകും
മുടിയിലിരുന്നറിയുന്നു മൂന്നുമാത്മാ-
വിടരറുമൊന്നിതു നിർവികാരമാകും.

നശിച്ചുപോവുക, നിലനില്ക്കുക, ജനിക്കുക,
ഒരു രൂപം മാറി വേറൊരു രൂപമാർജിച്ച് തുടരുക.
ഈ പരിണാമഗതി ഉടലിന് സഹജം.
എന്നാൽ, ആത്മാവാകട്ടെ.
ഈ മാറ്റങ്ങൾക്കതീതമായി വർത്തിച്ച്
സൃഷ്ടി, സ്ഥിതി, ലയം എന്നിവ
അറിഞ്ഞുകൊണ്ടിരിക്കുന്നു.
ഇടർച്ചയില്ലാത്ത ആത്മാവ് ഏകം.
വികാരരഹിതവും. ■

84

അറിവതിനാലവനീവികാരമുണ്ടെ-
ന്നരുളുമിതോർക്കിലസത്യ,മുള്ളതുർവീ;
നിരവധിയായ് നിലയറ്റു നില്പതെല്ലാ-
മറിവിലെഴും പ്രകൃതിസ്വരൂപമാകും.

മണ്ണുകൊണ്ട് തീർത്ത വിവിധ വസ്തുക്കളെ
കണ്ടും തൊട്ടുമറിയാം.
അതിനാൽ അവയുണ്ടെന്ന് നാം പറയും.
ഉള്ളത് പക്ഷേ ആ രൂപങ്ങളല്ല
അവയുടെ സത്തയായ മണ്ണുമാത്രം.
ഇതറിഞ്ഞാൽ മണ്ണിൽനിന്നുരുവായ രൂപങ്ങൾ
മിഥ്യയായിത്തീരും.
നിരവധിയായി കാണുമാറാകുന്ന
നാമരൂപങ്ങൾക്ക്
സ്വന്തമായ നിലയില്ല.
അറിവിൽ നിന്നുളവാകുന്ന
പ്രകൃതിയുടെ ആവിഷ്ക്കാരങ്ങൾ മാത്രമാണവ. ∎

85

നിഴലൊരു ബിംബമപേക്ഷിയാതെ നില്പീ-
ലെഴുമുലകെങ്ങുമബിംബമാകയാലേ
നിഴലുമതല്ലിതു നേരുമല്ല, വിദ്വാ-
നെഴുതിയിടും ഫണിപോലെ കാണുമെല്ലാം.

നിഴലിന് ഒരു ബിംബത്തെ ആശ്രയിച്ചേ
നിലനില്പുള്ളൂ.
ഈ കാണായ ഉലകം
സ്വന്തമായ ഉണ്മയുള്ള ബിംബമല്ല.
ഇത് സത്യമല്ല, എന്നാൽ നിഴലുമല്ല.
മികവുറ്റ ഒരു ചിത്രകാരൻ വരച്ചിട്ട
പാമ്പിന്റെ ചിത്രം കണക്കെ
എല്ലാം കാണപ്പെടുകയാണ്. ■

86

തനു മുതലായതു സർവ്വമൊന്നിലൊന്നി-
ല്ലനൃതവുമായതിനാലെയന്യഭാഗം
അനുദിനമസ്തമിയാതിരിക്കയാലേ
പുനരൃതരൂപവുമായ് പൊലിഞ്ഞിടുന്നു.

ഉടലും മറ്റസംഖ്യം രൂപഭേദങ്ങളും
വെവ്വേറെ പ്രതിഭാസിക്കുന്നു.
അവയുടേതായ സ്ഥലകാലസീമകളിൽ
നിലകൊള്ളുകയാൽ
അവ അനൃതമാണ്, അനിത്യമാണ്.
ഒരിക്കലും അസ്തമിക്കാത്ത ഋതത്തിലേക്ക്
അനിത്യമായ നാമരൂപങ്ങൾ
വിലയം കൊള്ളുന്നു.
അനിത്യമായ അനേകത
നിത്യവും ഏകവുമായ ആത്മാവിൽ
പൊലിഞ്ഞുപോകുന്നു. ■

87

തനിയെയിതൊക്കെയുമുണ്ടു, തമ്മിലോരോ-
രിനമിതരങ്ങളിലില്ല,യിപ്രകാരം
തനു, മുതലായതു സത്തുമല്ല, യോർത്താ-
ലനൃതവുമല്ലതവാച്യമായിടുന്നു.

ഈ നാനാരൂപങ്ങളെ ശ്രദ്ധിച്ചാൽ
ഓരോന്നും സവിശേഷമാണെന്നും
അനന്യമാണെന്നും ബോധ്യമാകും.
മാറ്റത്തിന് വിധേയമായ ഉടലും
ബഹുരൂപങ്ങളും സത്യമല്ല.
ഒന്നോർത്താൽ അവ മിഥ്യയുമല്ല.
സത്തുമല്ല, അനൃതവുല്ല.
വൈരുദ്ധ്യം തോന്നിയേക്കാം;
വാസ്തവത്തിൽ വൈരുദ്ധ്യമേതുമില്ല.
അതുപക്ഷേ അവാച്യമാണ്,
അനുഭവിച്ചുമാത്രം അറിയേണ്ടതാണ്. ∎

88

സകലവുമുള്ളതു തന്നെ തത്ത്വചിന്താ-
ഗ്രഹനിതു സർവ്വവുമേകമായ് ഗ്രഹിക്കും
അകമുഖമായറിയായ്കിൽ മായയാം വൻ-
പക പലതും ഭ്രമമേകിടുന്നു പാരം.

പുറമേ കാണുന്ന സകലതിന്റെയും
ആപേക്ഷികമായ നിലനില്പ്
അംഗീകരിക്കുന്ന തത്ത്വജ്ഞാനി
അഖിലവും ആത്മാവിന്റെ
ഉണ്മയായി ഗ്രഹിക്കും.
എന്നാൽ ഇത് ആന്തരികബോധ്യമാവുന്നില്ലെങ്കിൽ
-ആത്മജ്ഞാനമാകുന്നില്ലെങ്കിൽ-
മായയാകുന്ന കൊടുംശത്രു
പലതായി കാണുന്നവയെല്ലാം
ഉണ്മകൾ തന്നെയെന്ന തോന്നലുളവാക്കി
ബുദ്ധിയെ ഭ്രമിപ്പിക്കും. ■

89

അറിവിലുരുന്ന സദസ്തിയെന്നസംഖ്യം
പൊരിയിളകിബ്ഭുവനം സ്ഫുരിക്കയാലേ
അറിവിനെ വിട്ടൊരു വസ്തുവന്യമില്ലെ-
ന്നറിയണമീയറിവൈകരൂപ്യമേകും.

ഇളകി ഉയർന്നുകൊണ്ടിരിക്കുന്ന
എണ്ണമറ്റ തീപ്പൊരികൾ പോലെ
കേവലമായ അറിവിൽ നിന്ന്
പ്രപഞ്ചവസ്തുക്കൾക്ക് അസ്തിത്വം ഉണ്ടെന്നും
ഇല്ലെന്നുമുള്ള തോന്നലുളവാകുന്നു.
ഇതുവഴി ഭൂവനമുണ്ട് എന്ന
പ്രതീതി സ്ഫുരിക്കുന്നു.
അറിവല്ലാതെ, ആത്മാവല്ലാതെ
വേറൊരു സത്തയില്ല.
ആ അറിവ് സർവവൈരുദ്ധ്യങ്ങളെയും ഒടുക്കി
ഐകരൂപ്യം കൈവരുത്തും. ■

90

അന്യതമൊരസ്തിതയേ മറയ്ക്കുകില്ലെ-
ന്നനുഭവമുണ്ടു സദസ്തിയെന്നിവണ്ണം
അനുപദമസ്തിതയാലിതാവൃതം സദ്-
ഘനമതിനാലെ കളേബരാദി കാര്യം.

ഇല്ലാത്തതിന് ഉള്ളതിനെ(സത്തയെ)
മറയ്ക്കാൻ സാധിക്കുകയില്ല.
സർവസാധാരണമാണ് ഈ അനുഭവം.
സത്തിനെ ഇല്ലാതാക്കാനാവില്ല.
ഇല്ലാതാക്കാൻ സാധിക്കാത്ത സത്ത്
'ഉണ്ട്' എന്ന അനുഭവത്തെ ഉണ്മയാക്കുന്നു.
ശരീരാദിവസ്തുക്കളും
പ്രാപഞ്ചികകാര്യജാലവും ഇല്ലാത്തവയല്ല.
വാസ്തവത്തിൽ അവ സദ്ഘനം മാത്രമാകുന്നു. ■

91

പ്രിയവിഷയം പ്രതി ചെയ്തിടും പ്രയത്നം
നിയതവുമങ്ങനെതന്നെ നില്ക്കയാലേ
പ്രിയമജമവ്യയമപ്രമേയമേകാ-
ദ്വയമിതു താൻ സുഖമാർന്നു നിന്നിടുന്നു.

ഇഷ്ടവിഷയങ്ങൾ നേടുന്നതിനായി
മനുഷ്യർ സദാനേരവും പ്രയത്നിച്ചുകൊണ്ടിരിക്കും.
ഈ പ്രയത്നത്തിന് അറുതിയില്ല.
സുഖത്തിനുള്ള കാംക്ഷ അനാദിയാണ്.
ഒടുക്കമില്ലാത്തതുമാണ്.
അത് ബുദ്ധിക്കതീതം, അനന്യം.
ഈ പ്രിയമാണ് ആനന്ദം.
ഓരോ അനുഭവത്തിലും പ്രത്യക്ഷമാവുന്ന ആനന്ദം. ■

92

വ്യയമണയാതെ വെളിക്കു വേല ചെയ്യും
നിയമമിരിപ്പതുകൊണ്ടു നിത്യമാകും
പ്രിയമകമേ പിരിയാതെയുണ്ടിതിന്നീ-
ക്രിയയൊരു കേവലബാഹ്യലിംഗമാകും.

സുഖപ്രാപ്തിക്കുവേണ്ട പ്രയത്നം
അവിരാമം നടന്നുകൊണ്ടിരിക്കും.
അത് മാറ്റമില്ലാത്ത നിയമം.
എന്നാൽ സകലരുടെയും ഉള്ളിൽ
വിട്ടുമാറാത്ത ആത്മാനന്ദം കുടികൊള്ളുന്നു.
പ്രിയതയ്ക്കു വേണ്ടി നടത്തുന്ന പ്രയത്നമെല്ലാം
ഈ ആന്തരികമായ ഉണ്മയുടെ ബാഹ്യചിഹ്നങ്ങൾ.
നിത്യമായ ആത്മാനന്ദത്തിന്റെ
അടയാളങ്ങൾ. ■

93

ചലമുടലറ്റ തനിക്കു തന്റെയാത്മാ-
വിലുമധികം പ്രിയവസ്തുവില്ലയന്യം;
വിലസിടുമാത്മഗതപ്രിയം വിടാതീ-
നിലയിലിരിപ്പതുകൊണ്ടു നിത്യമാത്മാ.

സദാ മാറ്റത്തിന് വിധേയമായ ശരീരത്തിനോട്
മമതയൊഴിഞ്ഞ ഒരാൾക്ക്
തന്റെ ആത്മാവിനെക്കാൾ പ്രിയപ്പെട്ടതായി
മറ്റൊന്നുമില്ല.
നശ്വരശരീരത്തിലല്ല
അനശ്വരമായ സ്വന്തം ആത്മാവിലുള്ള ഈ പ്രിയം
ഒരിക്കലും വിട്ടുമാറാതെ നിലനിൽക്കുന്നു.
ഈ ആത്മഗതപ്രിയം, ഈ ആനന്ദം,
ആത്മാവിന്റെ നിത്യതയ്ക്ക് സാക്ഷ്യം. ∎

94

ഉലകവുമുള്ളതുമായ്ക്കലർന്നു നിൽക്കും-
നില വലുതായൊരു നീതികേടിതത്രേ
അറുതിയിടാനരുതാതവാങ്മനോഗോ-
ചരമിതിലെങ്ങു ചരിച്ചിടും പ്രമാണം?

അനേകനാമരൂപങ്ങളുടെ ലോകവും
ഏകമായ പൊരുളുമായി
കലർന്നുവർത്തിക്കുന്ന അവസ്ഥ
വാസ്തവത്തിൽ വൈരുദ്ധ്യാത്മകം.
സാമാന്യനിയമത്തിന് വിരുദ്ധം.
എന്നാൽ, വാക്കുകൊണ്ടോ മനസ്സുകൊണ്ടോ
ഗ്രഹിക്കാനാവാത്തതും
ആദിയന്തങ്ങൾ നിർണ്ണയിക്കാനാവാത്തതുമായ
ആത്മാവിന്
ഈ തത്ത്വങ്ങളും പ്രമാണങ്ങളും
ബാധകമാകുന്നതെങ്ങനെ? ■

95

വിപുലതയാർന്ന വിനോദവിദ്യ മായാ-
വ്യവഹിതയായ് വിലസുന്ന വിശ്വവീര്യം
ഇവളിവളിങ്ങവതീർണ്ണയായിടും ത-
ന്നവയവമണ്ഡകാടാഹകോടിയാകും.

അപാരവിപുലമായ ആത്മാവിലെ
വിനോദവിദ്യയാണ്
ഈ പ്രപഞ്ചപ്രതിഭാസം.
ഇങ്ങനെ പ്രകടമാവുന്നത്
മായകൊണ്ട് മൂടിയ വിശ്വബീജം.
പ്രത്യക്ഷമായിത്തീരുന്ന
വിശ്വവീര്യയായ മായയുടെ
അവയവങ്ങളത്രെ
എണ്ണമറ്റ അണ്ഡകടാഹങ്ങൾ. ■

96

അണുവുമഖണ്ഡവുമസ്തി നാസ്തിയെന്നി-
ങ്ങനെ വിലസുന്നിരുഭാഗമായി രണ്ടും;
അണയുമനന്തരമസ്തി നാസ്തിയെന്നീ-
യനുഭവവും നിലയറ്റു നിന്നുപോകും.

അണു - അഖണ്ഡം;
ഉള്ളത് - ഇല്ലാത്തത്.
ഈ വിധം ദ്വന്ദ്വങ്ങൾ
ഇരുഭാഗത്തായി പ്രതിഭാസിക്കുന്നു.
ഈ ദ്വന്ദ്വങ്ങൾ
ആത്മാനുഭൂതിയിൽ പൊലിഞ്ഞുപോകും.
പിന്നെ, ഉണ്ടെന്നും ഇല്ലെന്നുമുള്ള
അനുഭവവും
നിലനില്പില്ലാതെ അപ്രത്യക്ഷമാകും. ∎

97

അണുവറിവിൻ മഹിമാവിലംഗമില്ലാ-
തണയുമഖണ്ഡവുമന്നു പൂർണ്ണമാകും
അനുഭവിയാതറിവീലഖണ്ഡമാം ചിദ്
ഘനമിതു മൗനഘനാമൃതാബ്ധിയാകും.

ശാരീരികതയിൽ നിന്ന്
മോചിതമായ ജീവൻ
പരമജ്ഞാനത്തിന്റെ മഹിമയിൽ
വിലയം കൊള്ളും.
അഖണ്ഡസത്യം അപ്പോൾ
പൂർണ്ണത പ്രാപിക്കും.
ഇത് ആത്മാനുഭൂതിയിലൂടെയല്ലാതെ
അറിയാനാവുകയില്ല.
അഖണ്ഡമായ ചിദ്ഘനമാണ് ഈ ആനന്ദം.
മൗനം ഘനീഭവിച്ച അമൃതസാഗരം. ∎

98

ഇതുവരെ നാമൊരു വസ്തുവിങ്ങറിഞ്ഞീ-
ലതിസുഖമെന്നനിശം കഥിക്കയാലേ
മതി മുതലായവ മാറിയാലുമാത്മ-
സ്വതയഴിയാതറിവെന്നു ചൊല്ലിടേണം.

എപ്പോഴും അതിസുഖം മാത്രം
കാംക്ഷിക്കുന്നതുകാരണം
ഏകമായ ആത്മാവിനെ
അന്വേഷകർ അറിയുന്നില്ല.
മതിഭ്രമമൊക്കെ മാറിയാൽതന്നെ
'എന്റെ ആത്മാവ്' എന്ന
ഭേദവിചാരമില്ലാത്ത
കേവലജ്ഞാനം തെളിയണം.
അതത്രെ സാക്ഷാത്കാരം. ∎

99

അറിവഹമെന്നതു രണ്ടുമേകമാമാ-
വരണമൊഴിഞ്ഞവനന്യനുണ്ടു വാദം
അറിവിനെ വിട്ടഹമന്യമാകുമെന്നാ-
ലറിവിനെയിങ്ങറിയാനുമാരുമില്ല.

മായാമറ മാറിയവന്
കേവലമായ അറിവും ഞാനും എന്നത്
രണ്ടല്ല ഒന്നുതന്നെ.
മായയാൽ മൂടപ്പെട്ടവന്
ഇത് അംഗീകരിക്കാൻ കഴിയുകയില്ല.
'ഞാൻ' അറിവിൽ നിന്ന് അന്യനെങ്കിൽ
അറിവിനെ അറിയാൻ പിന്നെ
ആരാണുള്ളത്? ■

100

അതുമിതുമല്ല സദർത്ഥമല്ലഹം സ-
ച്ചിദമൃതമെന്നു തെളിഞ്ഞു ധീരനായി
സദസദിതി പ്രതിപത്തിയറ്റു സത്തോ
മിതി മൃദുവായ് മൃദുവായമർന്നിടേണം.

ഞാൻ അതുമല്ല, ഇതുമല്ല.
മിഥ്യാസങ്കല്പവുമല്ല.
സച്ചിദാനന്ദത്തിന്റെ അമൃതാണ് ഞാൻ
എന്ന അനുഭൂതിയിൽ
നിർഭയത്വമാർജിച്ച്,
ഉള്ളത് - ഇല്ലാത്തത് എന്ന
ഭേദവിചാരം വെടിഞ്ഞ്,
പ്രതിപത്തികൾ ഒഴിഞ്ഞ്,
പ്രപഞ്ചം പ്രണവം തന്നെ എന്നറിഞ്ഞ്,
ഉള്ളിൽ നിറഞ്ഞു നിറഞ്ഞു വരുന്ന
മൃദുലഭാവത്തിൽ ആമഗ്നമാകണം. ∎

www.ingramcontent.com/pod-product-compliance
Lightning Source LLC
LaVergne TN
LVHW041614070526
838199LV00052B/3146
* 9 7 8 9 3 8 7 3 3 1 1 1 2 *